ಪತ್ರ ಲೇಖನ

(ಕೆ.ಪಿ.ಎಸ್.ಸಿ., ಮಾಧ್ಯಮಿಕ, ಪ್ರೌಢಶಾಲೆಯ ವಿದ್ಯಾರ್ಥಿಗಳಿಗೆ ಹಾಗೂ ಉಪಾಧ್ಯಾಯರುಗಳಿಗೆ ಉಪಯುಕ್ತವಾಗಿ ರಚಿಸಲಾಗಿದೆ)

ಲೇಖಕರು :

ಕೃ . ನಾರಾಯಣರಾವ್, ಎಂ.ಎ., ಬಿ.ಎಡ್.

(ನುರಿತ ನಿವೃತ್ತ ಪ್ರೌಢಶಾಲಾ ಶಿಕ್ಷಕರು)

ಪ್ರಕಾಶಕರು

ಗಣೇಶ ಪ್ರಕಾಶನ

ಪ್ರಕಾಶಕರು ಮತ್ತು ಪುಸ್ತಕ ವ್ಯಾಪಾರಿಗಳು

ನಂ. 9, 1ನೇ ಮಹಡಿ, 4ನೇ ಕ್ರಾಸ್, ಜೆ.ಎಮ್.ಲೇನ್, ಬಳೇಪೇಟೆ

ಬೆಂಗಳೂರು - 560 053. ಮೊ: 9845517022

"PATRALEKHANA"
by K. Narayana Rao and
Published by GANESH PRAKASHANA,
No. 9, 1st Floor, 4th Cross, J.M. Lane,
Balepet, Bangalore - 560 053.

ಪ್ರಥಮ ಮುದ್ರಣ : 2019

ಕೃತಿಯ ಹೆಸರು : ಪತ್ರಲೇಖನ

ಲೇಖಕರು : ಕೃ. ನಾರಾಯಣ ರಾವ್

ಹಕ್ಕುಗಳು : ಪ್ರಕಾಶಕರದ್ದು

ಪುಟಗಳು : 120

ಬೆಲೆ : ರೂ. 40.00

ಮುದ್ರಣ ಮತ್ತು ಅಕ್ಷರ ಜೋಡಣೆ :
ಗಣೇಶ್ ಗ್ರಾಫಿಕ್ಸ್
ಬಳೇಪೇಟೆ, ಬೆಂಗಳೂರು - 560 053.

ಮೊದಲ ಮಾತು

ಇಂದು ನಾವೆಲ್ಲರೂ ವಿಶ್ವಮಾನವರೆನಿಸಿದ್ದೇವೆ. ವಿಶ್ವಾದ್ಯಂತ ನಮ್ಮ ಸಂಪರ್ಕ ಹೊಂದಿದೆ. ನಮ್ಮ ವ್ಯವಹಾರ ಬಹುರೂಪದಲ್ಲಿ ವಿಶ್ವಾದ್ಯಂತ ಎನಿಸಿದೆ. ಈ ವ್ಯವಹಾರದಲ್ಲಿ ಒಬ್ಬರಿಗೊಬ್ಬರು ಮಾತಾಡುತ್ತಿರುವಷ್ಟೇ ಸುಲಲಿತ ರೀತಿಯಲ್ಲಿ ವಿಚಾರ ವಿನಿಮಯದ ಏಕೈಕ ಸಾಧನ ಎಂದರೆ ಪತ್ರ ವ್ಯವಹಾರವೇ.

ಪತ್ರ ವ್ಯವಹಾರ ನಾವು ಮಾತಾಡುವುದರ ಪ್ರತಿರೂಪವೇ. ಮಾತಾಡುವಾಗ ಎಷ್ಟೊಂದು ಎಚ್ಚರಿಕೆ ಅತ್ಯಗತ್ಯವೋ, ಅಷ್ಟೇ ಪತ್ರ ವ್ಯವಹಾರದ ಮೂಲ ಎನಿಸಿರುವ ಪತ್ರ ಲೇಖನದಲ್ಲಿಯೂ ಅನಿವಾರ್ಯ ಎನಿಸಿದೆ.

ಮಾತಾಡುವಾಗ ಒಬ್ಬರಿಗೊಬ್ಬರು ಎದುರಿರುವುದರಿಂದ ಅಷ್ಟಾಗಿ ತಪ್ಪುಗಳಾಗದು. ತಿದ್ದಿಕೊಳ್ಳಲು ಸಾಧ್ಯ . ಆದರೆ ಪತ್ರಲೇಖನದಲ್ಲಿ ಅದು ಸುಲಭ ಸಾಧ್ಯ ಅಲ್ಲ. ವ್ಯಕ್ತಗೊಳಿಸುವ ವಿಚಾರವನ್ನು ಸೂಕ್ಷ್ಮವಾಗಿ ಸುಲಲಿತವಾಗಿ ತಿಳಿಸಲು ಅನುಕೂಲವಾಗುವಂತೆ ಕೆಲವು ಕಟ್ಟಳೆಗಳನ್ನು ಪರಿಪಾಲಿಸಬೇಕಾಗುವುದು. ಇವೆಲ್ಲವನ್ನೂ ಮನಸ್ಸಿನಲ್ಲಿಟ್ಟುಕೊಂಡು, ಜೀವನದ ವಿವಿಧ ರಂಗಗಳಲ್ಲಿ ವ್ಯವಹರಿಸಲು ಅನುಕೂಲ ಆಗುವಂತೆ ಪತ್ರಗಳ ನಮೂನೆಗಳನ್ನು ನೀಡಲಾಗಿದೆ.

ವಿದ್ಯಾರ್ಥಿಗಳಿಂದ ಹಿಡಿದು ವಿಚಾರವಂತರೆಲ್ಲರಿಗೂ ಆದಷ್ಟೂ ಅನುಕೂಲ ಆಗಲೆಂದು ಆಶಿಸಿ, ಈ ಕೃತಿಯನ್ನು ರಚಿಸಲಾಗಿದೆ. ಡೊಂಕು-ಕೊಂಕುಗಳ ಬಗ್ಗೆ ತಿಳಿಸಿದರೆ ಮುಂದಿನ ಪ್ರಕಟಣೆಯಲ್ಲಿ ತಿದ್ದಿಕೊಳ್ಳಲಾಗುವುದು.

ಇಂತು ಓದುಗರ ನೇಹಿಗ,

ಕೃ. ನಾರಾಯಣರಾವ್

ಪ್ರಕಾಶಕರ ನುಡಿ

ಈಗಾಗಲೇ ''ಪತ್ರಲೇಖನ''ದ ಬಗ್ಗೆ ಸಾಕಷ್ಟು ಕೃತಿಗಳು ಬೆಳಕು ಕಂಡಿವೆ. ಸಾಮಾನ್ಯವಾಗಿ ಪ್ರಕಟಿತ ಕೃತಿಗಳಲ್ಲಿ ಯಾವುದೂ ಕಳಪೆ ಎನಿಸದಿದ್ದರೂ, ಹಲ-ಕೆಲ ರೂಪದಲ್ಲಿ ಉಪಯುಕ್ತವೆನಿಸಿದ್ದರೂ, ಬಹುಪಯುಕ್ತ ಎನಿಸುವಂತೆ ಪೂರ್ಣ ರೂಪದಲ್ಲಿ ಕಾಣದಿರುವ ಕೊರತೆಯನ್ನು ಮನಗಂಡು, ನಮ್ಮ ಪ್ರಕಾಶನವು ಈ ಕೊರತೆಯನ್ನು ಸಾಕಷ್ಟುಮಟ್ಟಿಗೆ ಹೋಗಲಾಡಿಸಲು ಈ ಕೃತಿಯ ಮೂಲಕ ಯತ್ನಿಸಿದೆ.

ಈ ಕೃತಿಯು ಎಲ್ಲಾ ಶಾಲೆಗಳ ಮಕ್ಕಳಿಗೂ ಅಲ್ಲದೆ, ವ್ಯವಹಾರ ಜ್ಞಾನಿಗಳು ಎನಿಸುವ ಸರ್ವರಿಗೂ ಅನುಕೂಲವಾಗುವ ರೀತಿಯಲ್ಲಿ ಸೂಕ್ತ ವಿವರಣೆಗಳು, ಸುಲಲಿತ ವಿಚಾರಗಳೊಂದಿಗೆ ಪತ್ರಗಳ ನಮೂನೆಗಳನ್ನು ನೀಡಲಾಗಿದೆ. ಈ ನಿಟ್ಟಿನಲ್ಲೂ ವಿವಿಧ ಇಲಾಖೆಗಳಿಗೆ ಸಂಬಂಧಿಸಿದ ಪತ್ರಗಳ ನಮೂನೆಗಳನ್ನೇ ಒಂದೆಡೆ ಒಗ್ಗೂಡಿಸಿ, ಯಾವುದೇ ಬಗೆಯ ಪತ್ರ ನಮೂನೆ ಬೇಕೆನಿಸಿದಾಗಲೂ, ಸುಲಭವಾಗಿ ಸಿಗುವಂತೆ ಗ್ರಹಿಸಲನುಕೂಲ ಆಗುವಂತೆ ಗಮನಹರಿಸಲಾಗಿದೆ.

ಇಂತಹ ಕೃತಿಗಳು ಇಂಗ್ಲಿಷ್ ಹಾಗೂ ಹಿಂದಿಯಲ್ಲಿ ವಿಫುಲವಾಗಿದ್ದರೂ, ಕನ್ನಡದಲ್ಲಿ ಅಷ್ಟಾಗಿ ಇನ್ನೂ ಬೆಳಕು ಕಂಡಿಲ್ಲ. ಈ ರೀತಿಯ ಬೆಳಕನ್ನು 'ಪತ್ರಲೇಖನ' ಕೃತಿಯ ಮೂಲಕ ಪಸರಿಸಿ, ವ್ಯವಹಾರ ಜ್ಞಾನಾಭಿವೃದ್ಧಿಗೆ ಸಹಕಾರ ನೀಡಿರುವ ಲೇಖಕರು, ಅಕ್ಷರ ಸಂಯೋಜಕರು, ಮುದ್ರಕರು ಹಾಗೂ ಪ್ರಕಾಶನದ ನಮ್ಮ ಎಲ್ಲಾ ಕೆಲಸಗಾರರಿಗೂ ನಮ್ಮ ಕೃತಜ್ಞತೆಯ ಧನ್ಯವಾದಗಳು.

ಈ ಕೃತಿಯ ಉಪಯೋಗವನ್ನು ನಮ್ಮ ಕನ್ನಡ ಜನತೆ ಪಡೆದಾಗ ನಮ್ಮ ಶ್ರಮ ಸಾರ್ಥಕ ಆಗದಿರದು ಅಲ್ಲವೇ?

ಇಂತು ನಿಮ್ಮೆಲ್ಲರ ಸೇವೆಯನ್ನು ಬಯಸುವ

ಪ್ರಕಾಶಕರು

ಅನುಕ್ರಮಣಿಕೆ

ಭಾಗ 1. ಪತ್ರಲೇಖನ

ಭಾಗ 1

ಪತ್ರ ಲೇಖನ

1. ಪೀಠಿಕೆ

ಪತ್ರ ಲೇಖನ, ಪತ್ರ ವ್ಯವಹಾರ ನಿಜಕ್ಕೂ ಒಂದು ಕಲೆಯೇ ಸರಿ. ನಾವು ಬರೆಯುವ ಪತ್ರವು ಓದಿದ ವ್ಯಕ್ತಿಗೆ ಅರ್ಥ ಆಗುವ ರೀತಿಯಲ್ಲಿ ಮನೋಜ್ಞ ಎನಿಸಿರಬೇಕು. ಬರೆದಿರುವ ಒಕ್ಕಣಿಕೆಯನ್ನು ಓದಿದ ನಂತರ, ನಮ್ಮ ಬಗ್ಗೆ ಸದಭಿಮಾನ ಮೂಡುವಂತಿರಬೇಕು.

ಪತ್ರದ ಒಕ್ಕಣಿಕೆ ನಮ್ಮ ಮನಸ್ಸಿನ ವಿಚಾರವನ್ನು ಇತರರಿಗೆ (ಅಂದರೆ ನಾವು ಬಯಸುವವರಿಗೆ) ವ್ಯಕ್ತಪಡಿಸಲು ಇರುವ ಒಂದು ಮುಖ್ಯ ಮಾಧ್ಯಮ.

ಪತ್ರಗಳಲ್ಲಿ ಸಾಮಾನ್ಯವಾಗಿ ವೈಯಕ್ತಿಕ ಪತ್ರ, ದೈನಂದಿನ ವ್ಯವಹಾರ ಪತ್ರ ಎಂದು ಎರಡು ಪ್ರಕಾರಗಳಿವೆ.

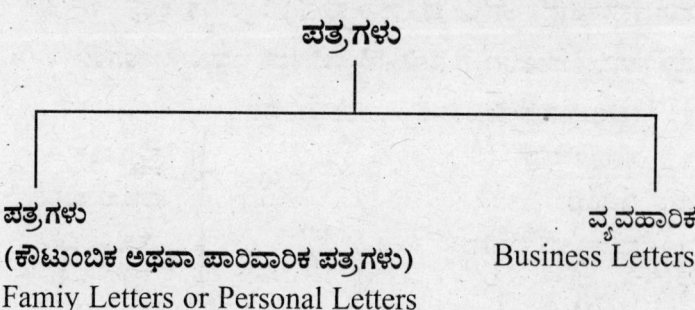

ಪತ್ರಗಳು

ಪತ್ರಗಳು
(ಕೌಟುಂಬಿಕ ಅಥವಾ ಪಾರಿವಾರಿಕ ಪತ್ರಗಳು)
Famiy Letters or Personal Letters

ವ್ಯವಹಾರಿಕ
Business Letters

ವೈಯಕ್ತಿಕ ಪತ್ರಗಳಲ್ಲಾದರೆ ನಾವು ನಮ್ಮ ಮನಸ್ವೇಚ್ಛೆ ಎಷ್ಟು ಪುಟಗಳಾದರೂ ಬರೆಯಬಹುದು. ಆದರೆ ದೈನಂದಿನ ವ್ಯವಹಾರ ಪತ್ರಗಳಲ್ಲಿ ಹಾಗೆ ಬರೆಯಲು ಆಗದು. ಅತ್ಯಂತ ಕಡಿಮೆ ಶಬ್ದಗಳಲ್ಲಿ ತಿಳಿಸುವ ಪೂರ್ಣ ವಿಚಾರವನ್ನು ಅರ್ಥಪೂರ್ಣವೆನಿಸುವಂತೆ ಬರೆಯುವುದೂ ಸಹ ಒಂದು ಕಲೆ

12 ———— ಪತ್ರ ಲೇಖನ

ತಾನೇ? ನಮ್ಮಿಂದ ಬರೆದ ಪತ್ರವನ್ನು ಯಾರಿಗೆ ಬರೆದಿರುವೆವೋ, ಅವರು ಓದಿದಾಗ ಅವರಿಗೆ ನಮ್ಮ ಬಗ್ಗೆ ಒಳ್ಳೆಯ ಪ್ರಭಾವ (Good Impression) ಮೂಡಬೇಕು. ಈ ಮಟ್ಟದಲ್ಲಿ ಪತ್ರಗಳನ್ನು ಬರೆಯಲು ಸತತ ಅಭ್ಯಾಸದ ಅಗತ್ಯವೂ ಇದೆ.

ಇಂದಿನ ಆಧುನಿಕ ಯುಗದಲ್ಲಿ ಪತ್ರ ಲೇಖನ ಕಲೆಯ ಅವಶ್ಯಕತೆ ಇದೆಯೇ? ಎಂದು ಯೋಚಿಸಿದಾಗ, ಥಟ್ಟನೆ ''ಖಂಡಿತಾ ಇದೆ'' ಎಂಬ ಉತ್ತರ, ಯಾರಿಗಾದರೂ ಇಂದು ಹೊಳೆಯದಿರುವುದಿಲ್ಲ. ಹಿಂದಿನ ಯುಗಕ್ಕಿಂತಲೂ ಇಂದಿನ ಯುಗದಲ್ಲಿ ಇದರ ಅವಶ್ಯಕತೆ ಇನ್ನೂ ಹೆಚ್ಚಿದೆ. ಏಕೆಂದರೆ ಸಂಪೂರ್ಣ ವಿಶ್ವವೇ ನಮ್ಮ ಕಣ್ಣು ಮುಂದಿದೆ. ನಾವೆಲ್ಲರೂ ವಿಶ್ವಮಾನವರೆನಿಸಿದ್ದೇವೆ. ದೂರದಲ್ಲಿರುವ ಅವರೆಲ್ಲರೊಂದಿಗೆ ನಾವು ವೈಯಕ್ತಿಕವಾಗಿಯೋ, ವ್ಯವಹಾರಿಕವಾಗಿಯೋ, ಒಂದಲ್ಲಾ ಒಂದು ರೀತಿಯಲ್ಲಿ ಪತ್ರಗಳ ಮುಖೇನ ಸಂಪರ್ಕಿಸುತ್ತಿರುಬೇಕಾದ ಸಂದರ್ಭಗಳು ಹೆಚ್ಚುತ್ತಿವೆ.

ಆದಕಾರಣ ಪತ್ರಲೇಖನದ ಅಭ್ಯಾಸವನ್ನು ನಾವು ಕಲಾತ್ಮಕ ರೀತಿಯಲ್ಲಿ ಮಾಡಬೇಕಾಗಿದೆ. ಆಗಲೇ ಪತ್ರಗಳು ಮನೋಜ್ಞ ಎನಿಸುವುವು.

ಪತ್ರಗಳನ್ನು ಬರೆಯುವಾಗ ನೆನಪಿನಲ್ಲಿಡಬೇಕಾದ ಮುಖ್ಯ ಅಂಶಗಳು:

1. (ಬಲಭಾಗದ ತುದಿಯಲ್ಲಿ) ತಾರೀಖು, ಸ್ಥಳ
2. ಸಂಬೋಧನೆ
3. ವಿಷಯ
4. ಮುಕ್ತಾಯ ವಿಧಾನ
5. ವಿಳಾಸ

} ವೈಯಕ್ತಿಕ ಪತ್ರಲೇಖನದ ಸಮಯದಲ್ಲಿ

2. ವೈಯಕ್ತಿಕ ಪತ್ರಗಳ ಹಲವು ನಮೂನೆಗಳು

ನಮೂನೆ-1: ಮಂಗಳೂರು ಕಾಲೇಜಿನಲ್ಲಿ ವ್ಯಾಸಂಗ ಮಾಡುತ್ತಿರುವ ವಿದ್ಯಾರ್ಥಿ ಬೆಂಗಳೂರಿನಲ್ಲಿರುವ ತನ್ನ ತಂದೆಗೆ ಕ್ಷೇಮ ಸಮಾಚಾರವನ್ನು ವಿಚಾರಿಸುತ್ತಾ ಪತ್ರ ಬರೆಯುವ ಸಂದರ್ಭದಲ್ಲಿ.

ಮಂಗಳೂರು

10-2-2018

ಪೂಜ್ಯರಾದ ತಂದೆಯವರಿಗೆ, ನಿಮ್ಮ ಮಗ ಮುರಳಿ ಮಾಡುವ ಶಿರಸಾಷ್ಟಾಂಗ ನಮಸ್ಕಾರಗಳು. ಉಭಯ ಕುಶಲೋಪರಿ ಸಾಂಪ್ರತ.

ನಾನು ಊರಿಂದ ಮಂಗಳೂರಿಗೆ ಬಂದು ತಿಂಗಳಾದರೂ ತಮ್ಮಿಂದ ಒಂದು ಪತ್ರವೂ ಬಂದಿಲ್ಲ. ಮನೆಯಲ್ಲಿ ಮಾತೃಶ್ರೀ ಅವರಾದಿಯಾಗಿ ಯಾರೊಬ್ಬರ ಯೋಗಕ್ಷೇಮವೂ ತಿಳಿಯದೆ ತುಂಬಾ ದುಃಖವಾಗಿದೆ.

ನಾನು ಶ್ರಮವಹಿಸಿ ಓದುತ್ತಿದ್ದೇನೆ. ವಾರ್ಷಿಕ ಪರೀಕ್ಷೆ ಸಮೀಪಿಸುತ್ತಿರುವುದರಿಂದ ಊರಿಗೆ ಬರಲು ಕಷ್ಟವಾಗಿದೆ. ದೇವರ ದಯೆ ಹಾಗೂ ಹಿರಿಯರಾದ ನಿಮ್ಮೆಲ್ಲರ ಆಶೀರ್ವಾದ ಬಲದಿಂದ ಪರೀಕ್ಷೆಯಲ್ಲಿ ಪ್ರಥಮ ಶ್ರೇಣಿಯಲ್ಲಿಯೇ ಉತ್ತೀರ್ಣನಾಗುವ ಭರವಸೆ ಇದೆ.

ಮಾತೃಶ್ರೀ ಅವರಿಗೆ, ಮಾತೃಶ್ರೀ ಸಮಾನರಾದ ಅಕ್ಕನವರಿಗೆ ನನ್ನ ನಮಸ್ಕಾರಗಳನ್ನು ಪ್ರೀತಿಯ ನೆನಪಿನೊಂದಿಗೆ ತಿಳಿಸಿ. ಚಿರಂಜೀವಿಗಳೆಲ್ಲರಿಗೂ ನನ್ನ ಆಶೀರ್ವಾದವನ್ನು ತಿಳಿಸಿ. ಅವರೆಲ್ಲರಿಗೂ ಮನಸ್ಸಿಟ್ಟು ಓದಲು, ಉತ್ತಮ ದರ್ಜೆಯಲ್ಲಿ ತೇರ್ಗಡೆ ಆಗಲು ನಾನು ಹೇಳಿರುವೆನೆಂದು ತಿಳಿಸಿ.

ಮರೆಯದೆ ಉತ್ತರ ಬರೆಯಿರಿ.

ಇಂತಿ ನಮಸ್ಕಾರಗಳು,

ನಿಮ್ಮ ಪ್ರೀತಿಯ ಮಗ,

ಮುರಳಿ

ಇವರಿಗೆ

ಶ್ರೀಯುತ ಎನ್. ಗೋಪಿನಾಥರಾವ್,

314, 4ನೇ ಅಡ್ಡರಸ್ತೆ ,

5ನೇ ಮುಖ್ಯರಸ್ತೆ , ಮಲ್ಲೇಶ್ವರಂ,

ಬೆಂಗಳೂರು-560 003

ವಿಷಯ ಸೂಚನೆ:

1. ತಂದೆಯವರನ್ನು ಸಂಬೋಧಿಸುವಾಗ (ಅ) ಪೂಜ್ಯರಾದ ತಂದೆಯವರಿಗೆ ಎಂದೋ, ಇಲ್ಲವೇ (ಆ) ತೀರ್ಥರೂಪರವರಿಗೆ ಎಂದೋ ಸಂಬೋಧಿಸಬೇಕು. ತೀರ್ಥರೂಪ ಸಮಾನರಾದವರಿಗೆ ಎಂದು ಬರೆಯಬಾರದು.
2. ಕೊನೆಯಲ್ಲಿ ತಂದೆ ನಮಗೆ ಹಿರಿಯರು ಆದುದರಿಂದ ಭಕ್ತಿ ಹಾಗೂ ಗೌರವ ಸೂಚಿತವಾಗಿ 'ಇಂತಿ ನಮಸ್ಕಾರಗಳು' ಎಂದು ಬರೆಯಬೇಕು. ನಮಗಿಂತಲೂ ವಯಸ್ಸಿನಲ್ಲಿ ಚಿಕ್ಕವರಾದರೆ ಇಂತಿ ಆಶೀರ್ವಾದಗಳು ಎಂದು ಬರೆಯಬಹುದು.

ನಮೂನೆ-2 : ತಂದೆ ಮಗನ ಪತ್ರಕ್ಕೆ ಉತ್ತರ ಬರೆಯುವಾಗ

ಬೆಂಗಳೂರು

13-2-2018

ಚಿರಂಜೀವಿ ಮುರುಳಿಗೆ, ನಿನ್ನ ತಂದೆಯ ಪ್ರೀತ್ಯಾದರದ ಆಶೀರ್ವಾದಗಳು. ಉಭಯ ಕುಶಲೋಪರಿ ಸಾಂಪ್ರತ.

ನೀನು ಮಂಗಳೂರಿನಿಂದ 10-2-2018ರಂದು ಬರೆದ ಪತ್ರ ಬಂದು ತಲುಪಿತು. ವಿಷಯವೆಲ್ಲವೂ ತಿಳಿಯಿತು. ನೀನು ಇಲ್ಲಿಂದ ಹೋದ ಮೇಲೆ ಅಂಗಡಿಯ ವ್ಯಾಪಾರದ ವಹಿವಾಟಿನಲ್ಲಿ ಪತ್ರ ಬರೆಯಲು ಸಾಧ್ಯ ಆಗಲಿಲ್ಲ. ಇಲ್ಲಿ ಎಲ್ಲರೂ ಆರೋಗ್ಯ . ಆಗಾಗ ಮನೆ ಮಂದಿ ಎಲ್ಲರೂ ನಿನ್ನನ್ನು ಸ್ಮರಣೆ ಮಾಡಿಕೊಳ್ಳುತ್ತಲೇ ಇರುತ್ತಾರೆ.

ನಿನ್ನ ತಾಯಿಗಂತೂ ನಿನ್ನದೇ ಚಿಂತೆ. ಕಾಲ ಕಾಲಕ್ಕೆ ಊಟ

ಮಾಡುತ್ತಿರುವನೋ, ಇಲ್ಲವೋ ಎಂದು, ಓದನ್ನೇ ಹಿಡಿದು, ಆರೋಗ್ಯ ಹಾಳು ಮಾಡಿಕೊಳ್ಳಬಾರದೆಂದು ತಿಳಿಸಲು ಬಾರಿ ಬಾರಿ ಹೇಳಿದ್ದಾಳೆ.

ನಿನ್ನ ತಂಗಿ, ರುಕ್ಕಿ (ರುಕ್ಮಿಣಿ)ಯಂತೂ ಕನಸಿನಲ್ಲಿಯೂ ನಿನ್ನನ್ನು ನೆನಪು ಮಾಡಿಕೊಳ್ಳುತ್ತಿರುತ್ತಾಳೆ. ನಿನ್ನ ತಮ್ಮ ಶಾಲೆಗೆ ಸರಿಯಾಗಿ ಹೋಗುತ್ತಿದ್ದರೂ, ಮನೆಯಲ್ಲಿ ಮುತುವರ್ಜಿಯಿಂದ ಓದುತ್ತಿಲ್ಲ. ಅವನಿಗೆ ಭಯ ಇಟ್ಟು ಪತ್ರ ಬರಿ.

ನಿನ್ನ ತಾಯಿ, ಅಕ್ಕ ಇಬ್ಬರೂ ನಿನಗೆ ಆಶೀರ್ವಾದ ತಿಳಿಸಿದ್ದಾರೆ. ನಿನ್ನ ತಮ್ಮ ಹಾಗೂ ತಂಗಿ ನಮಸ್ಕಾರ ತಿಳಿಸಿದ್ದಾರೆ. ಈ ಕಡೆ ಯಾವ ಚಿಂತೆಯನ್ನೂ ಇಟ್ಟುಕೊಳ್ಳದೆ, ಚೆನ್ನಾಗಿ ಓದಿ, ಪರೀಕ್ಷೆಯಲ್ಲಿ ಬರೆದು ಉತ್ತಮ ದರ್ಜೆಯಲ್ಲಿ ತೇರ್ಗಡೆ ಹೊಂದಿ ಬಾ. ನಿನ್ನ ತಮ್ಮ, ತಂಗಿಗೆ ಎಲ್ಲಾ ವಿಷಯದಲ್ಲಿ ಆದರ್ಶ ರೂಪದಲ್ಲಿ ಮೇಲ್ಪಂಕ್ತಿಯಂತಿರು.

ಇಂತಿ ಆಶೀರ್ವಾದಗಳು,

ನಿನ್ನ ಪ್ರೀತಿಯ ತಂದೆ,
ಗೋಪಿನಾಥರಾವ್

ಇವರಿಗೆ
ಕುಮಾರ ಎನ್.ಜಿ. ಮುರಳೀಧರ,
ಪಿ.ಯು.ಸಿ. 2ನೆಯ ವರ್ಷ,
ಕ್ರಾಮ್ವೆಲ್ ಪದವಿಪೂರ್ವ ಕಾಲೇಜು,
ಮಂಗಳೂರು, ದಕ್ಷಿಣ ಕನ್ನಡ

ವಿಶೇಷ ಸೂಚನೆ:

1. ಮುರಳಿ ತಂದೆಗೆ ಚಿಕ್ಕವನಾದುದರಿಂದ ''ಚಿರಂಜೀವಿ'' ಎಂದು ಸಂಬೋಧಿಸಿದೆ.
2. ''ಉಭಯ ಕುಶಲೋಪರಿಸಾಂಪ್ರತ'' ಅಂದರೆ ''ನಾವೆಲ್ಲರೂ ಇಲ್ಲಿ ಕ್ಷೇಮ, ನಿಮ್ಮ ಕ್ಷೇಮಕ್ಕೆ ಆಗಾಗ್ಗೆ ಕಾಗದ ಬರೆಯುತ್ತಿರಿ'' ಎಂದರ್ಥ.
3. ಮುರಳಿ ಚಿಕ್ಕವನಾದುದರಿಂದ ಪತ್ರದ ಕೊನೆಯಲ್ಲಿ 'ನಮಸ್ಕಾರಗಳು' ಎಂದು ಬರೆಯದೆ, ''ಆಶೀರ್ವಾದಗಳು'' ಎಂದೇ ಬರೆದಿದೆ.

4. ವಿಳಾಸವನ್ನು ಕ್ರಮವಾಗಿ, ಸ್ಪಷ್ಟವಾಗಿ ಬರೆಯಬೇಕು. ಇಲ್ಲವಾದರೆ ಪತ್ರ ಯಾರಿಗೆ ಬರೆದಿರುತ್ತೇವೆಯೋ, ಅವರಿಗೆ ಕೈ ಸೇರಲು ತಡವಾಗಬಹುದು. ಒಮ್ಮೊಮ್ಮೆ ಕೈ ಸೇರದಿರುವ ಸಂಭವವೂ ಉಂಟು.

ನಮೂನೆ-3: ತಾಯಿ ಬೆಂಗಳೂರಿನಿಂದ ಹುಬ್ಬಳ್ಳಿಯಲ್ಲಿ ಸರ್ಕಾರಿ ಕೆಲಸದಲ್ಲಿರುವ ಮಗನಿಗೆ ಬರೆಯುವ ಪತ್ರ.

ಬೆಂಗಳೂರು

12-2-2018

ಚಿರಂಜೀವಿ ರಂಗನಾಥನಿಗೆ ನಿನ್ನ ಪ್ರೀತಿಯ ತಾಯಿ ಮಾಡುವ ಶುಭಾಶೀರ್ವಾದಗಳು. ಉಭಯ ಕುಶಲೋಪರಿ ಸಾಂಪ್ರತ.

ಹಲವಾರು ವಾರಗಳಿಂದ ನಿನ್ನಿಂದ ಒಂದು ಕಾಗದವೂ ಬಂದಿಲ್ಲ. ಮನಸ್ಸಿಗೆ ತುಂಬಾ ಕಳವಳ ಆಗಿದೆ. ಕಾರಣ ವಯಸ್ಸಿಗೆ ಬಂದ ಹುಡುಗ. ಬೇಸರದಿಂದ ಹೊತ್ತಿಗೆ ಹೊತ್ತಿಗೆ ಅಡಿಗೆ ಮಾಡಿಕೊಂಡು, ಹೊಟ್ಟೆ ತುಂಬಾ ಊಟ ಮಾಡುತ್ತಿರುವೆಯೋ, ಇಲ್ಲವೋ ಎಂಬುದೇ ಮನಸ್ಸಿಗೆ ಕಳವಳದ ವಿಚಾರ ಆಗಿದೆ.

ಕಳೆದ ವಾರ ನೀನು ಬರಬಹುದು ಎಂದು ನಿರೀಕ್ಷಿಸಿ, ನಿನಗಾಗಿ ಕೋಡುಬಳೆ, ಖಾರದ ಅವಲಕ್ಕಿ, ರವೆ ಉಂಡೆ ಮಾಡಿಟ್ಟಿದ್ದೆ. ನಿನ್ನ ತಮ್ಮ ರಘು, ತಂಗಿ ಮಾಲತಿ ಇಬ್ಬರೂ ನಿನ್ನ ಬರುವಿಕೆಯ ನಿರೀಕ್ಷಣೆಯಲ್ಲಿ ಇದ್ದರು. ಅವರು ತಿನ್ನುವಾಗಲೂ ಸಹ ನಿನ್ನದೇ ಮಾತು, ತುಂಬಾ ನೆನಪು ಮಾಡಿಕೊಂಡರು.

ಇನ್ನೊಂದು ಮುಖ್ಯ ವಿಷಯ. ಈಗಾಗಲೇ ನಿನಗೆ ಇಪ್ಪತ್ತೆಂಟು ವರ್ಷ ಆಗಿಹೋಯಿತು. ತಂಗಿಯ ಮದುವೆ ಆಗುವವರೆಗೂ ನನಗೆ ಮದುವೆ ಬೇಡ ಎಂದು ಇನ್ನೂ ಹಠ ಮಾಡುವುದು ಸರಿಯಲ್ಲ. "ಗಾಳಿ ಬಂದಾಗ ತೂರಿಕೋ" ಎಂಬ ಗಾದೆಯ ಮಾತನ್ನು ಕೇಳಿರುವೆಯಲ್ಲಾ?

ನನಗೂ ಈಗ ವಯಸ್ಸಾಗುತ್ತಾ ಬಂದಿದೆ. ಮೊದಲಿನಂತೆ ಲವಲವಿಕೆಯಿಂದ ಕೆಲಸ ಮಾಡಲು ಶಕ್ತಿ ಇಲ್ಲ. ಬೇಗ ನನ್ನ ಭಾವಿ ಸೊಸೆಯನ್ನು ಬರಮಾಡಿಕೊಂಡು, ಮನೆ ತುಂಬಿಸಿಕೊಳ್ಳಲು ಮನಸ್ಸು ಕಾತರಿಸುತ್ತಿದೆ. ಚಿ॥ ಮಾಲತಿಯೂ ಸಹ ಈ

ಬಗ್ಗೆ ಕುತೂಹಲದಿಂದಿದ್ದಾಳೆ. ಇಲ್ಲಿ ಬೆಂಗಳೂರು ನಗರದಲ್ಲಿಯೇ ಒಬ್ಬ ಪದವೀಧರೆ ಹುಡುಗಿ ಅಕೌಂಟೆಂಟ್ ಜನರಲ್ ಆಫೀಸಿನಲ್ಲಿ ಸ್ಟೆನೋ ಆಗಿದ್ದಾಳೆ. ತುಂಬಾ ಒಳ್ಳೆಯ ಹುಡುಗಿ, ಒಳ್ಳೆಯ ಮನೆತನ ಎಂದು ಎಲ್ಲರೂ ಹೇಳುತ್ತಿದ್ದಾರೆ.

ಮುಂದಿನ ಭಾನುವಾರ ಬಿಡುವು ಮಾಡಿಕೊಂಡು, ತಪ್ಪದೆ ಬಾ, ಹುಡುಗಿಯ ಮನೆಯವರೂ ಹುಡುಗಿಯೊಂದಿಗೆ ಬಂದಿರುತ್ತಾರೆ. ನಿನ್ನನ್ನೂ ಅವರೂ, ನಾನು ಇಬ್ಬರೂ ನೋಡಿದಂತಾಗುವುದು.

ಮಿಕ್ಕ ವಿಷಯ ಸಮಕ್ಷಮ.

ಇಂತಿ ಶುಭಾಶೀರ್ವಾದಗಳೊಂದಿಗೆ,

ನಿನ್ನ ಪ್ರೀತಿಯ ತಾಯಿ,

ವಿಳಾಸ: ರಮಾದೇವಿ

ಶ್ರೀಯುತ ಬಿ.ಜಿ. ರಂಗನಾಥರಾವ್,
ಉಪನ್ಯಾಸಕರು,
ಸರ್ಕಾರಿ ಪದವೀ ಪೂರ್ವ ವಿದ್ಯಾಲಯ,
ಕೋಪ್ಪೀಕರ್ ರಸ್ತೆ, ಹುಬ್ಬಳ್ಳಿ, ಪಿನ್‌ಕೋಡ್-580 020

_____

ನಮೂನೆ-4: ತಾಯಿಗೆ ಮಗನ ಮಾರುತ್ತರ.   ಹುಬ್ಬಳ್ಳಿ

ಪೂಜ್ಯ ತಾಯಿಯವರಿಗೆ,   15-2-2018

ನಿಮ್ಮ ಪತ್ರ ತಲುಪಿತು. ವಿಚಾರವೆಲ್ಲವೂ ತಿಳಿಯಿತು. ಇಲ್ಲಿ ವಿದ್ಯಾರ್ಥಿಗಳ ವಾರ್ಷಿಕ ಪರೀಕ್ಷೆ ಸಮೀಪಿಸುತ್ತಿರುವುದರಿಂದ, ಮನೆಯಲ್ಲಿಯೇ ತುಂಬಾ ವಿದ್ಯಾರ್ಥಿಗಳು ಆಸೆಪಟ್ಟು ಪಾಠಕ್ಕೆ ಬರುತ್ತಿರುವುದರಿಂದ ಬೆಂಗಳೂರಿಗೆ ಬರಲು ಕಷ್ಟವಾಗಿದೆ. ಈಗಿನ ಪರಿಸ್ಥಿತಿಯಲ್ಲಿ ಹಣವೂ ಸಹ ಮುಖ್ಯವೇ ಅಲ್ಲವಾ? ಕಳೆದ ವಾರ ನೀವೆಲ್ಲರೂ ನನ್ನ ಬಗ್ಗೆ ನೊಂದುದಕ್ಕಾಗಿ ನನಗೂ ದುಃಖ ಆಗಿದೆ. ಆದರೆ ಎಲ್ಲರೂ ಸಂದರ್ಭಗಳಿಗೆ ಹೊಂದಿಕೊಂಡು ಹೋಗಬೇಕು, ಅಲ್ಲವಾ?

ಇನ್ನು ನೀನು ಬರಮಾಡಿಕೊಳ್ಳುತ್ತಿರುವ ಸೊಸೆಯ ವಿಷಯ. ವಯಸ್ಸಾದ ನಿನ್ನಿಂದ ಕೆಲಸ ಮಾಡಲು ಮೊದಲಿನಂತೆ ಆಗುತ್ತಿಲ್ಲ ಎಂಬ ವಿಚಾರ ನನಗೂ

ತಿಳಿದಿದೆ. ಆದರೆ ''ಆತುರಗಾರರಿಗೆ ಬುದ್ಧಿ ಮಟ್ಟ'' ಎಂಬ ಗಾದೆಯ ಮಾತು ಸುಳ್ಳಲ್ಲ ಅಲ್ಲವಾ? ಮೊದಲು ಚಿ॥ ಮಾಲತಿಯ ಮದುವೆ ಮುಗಿಸಿಯೇ ತೀರಬೇಕು. ನಾನೂ ಇಲ್ಲಿ ನನ್ನ ಆತ್ಮೀಯ ಗೆಳೆಯರೊಂದಿಗೆ ಈ ಬಗ್ಗೆ ಪ್ರಸ್ತಾಪ ಮಾಡಿದ್ದೇನೆ. ನಮ್ಮ ವಿದ್ಯಾಲಯದಲ್ಲಿಯೇ ಮನೋಹರ ಎಂಬ ಸಭ್ಯ ಯುವಕ ಇದ್ದಾನೆ. ಬಡತನದಲ್ಲಿಯೇ ಬೆಳೆದವನು. ಅವನೂ ಮಾಲತಿಯನ್ನು ನೋಡಲು ಅಪೇಕ್ಷಿಸುತ್ತಿದ್ದಾನೆ.

ಮುಂದಿನ ಭಾನುವಾರ ಅವನೊಂದಿಗೆ ನಾನು ಒಂದು ದಿನ ಮುಂಚಿತವಾಗಿಯೇ ಬಂದಿರುತ್ತೇನೆ. ಎರಡೂ ಕಾರ್ಯಗಳ ಬಗ್ಗೆ ಯೋಚಿಸಿದಂತಾಗುತ್ತದೆ. ಇನ್ನೇನು ಬರೆಯಲಿ? ಚಿ॥ ಮಾಲೂ ಹಾಗೂ ರಘು ಚೆನ್ನಾಗಿ ಓದಿಕೊಂಡಿದ್ದಾರೆ ತಾನೇ? ನಿನಗೆ ಯಾರೂ ಏನೊಂದೂ ಮಾನಸಿಕವಾಗಿ ತೊಂದರೆ ಕೊಡುತ್ತಿಲ್ಲ ತಾನೇ?

ಮಿಕ್ಕ ವಿಚಾರ ಸಮಕ್ಷಮ.

ಇಂತಿ ನಮಸ್ಕಾರಗಳು,

ನಿನ್ನ ಪ್ರೀತಿಯ ಮಗ,
ರಂಗನಾಥ

ಇವರಿಗೆ

ಶ್ರೀಮತಿ ಆರ್.ಎನ್. ರಮಾದೇವಿ ಅವರು,
524, ಸ್ಕಿಪ್ಸ್ ಕಾಂಪೌಂಡ್,
18ನೇ ಅಡ್ಡರಸ್ತೆ, ಮಲ್ಲೇಶ್ವರಂ,
ಬೆಂಗಳೂರು-560 003

ವಿಷಯ ಸೂಚನೆ:

1. ಪತ್ರ ಬರೆಯುವಾಗ ಪದ-ಪದಗಳ ಮಧ್ಯೆ ಜಾಗ ಬಿಟ್ಟು, ಸ್ಫುಟವಾಗಿ ಬರೆದಿರಬೇಕು.
2. ಪೂರ್ಣವಿರಾಮ, ಅಲ್ಪವಿರಾಮ ಮೊದಲಾದ ಚಿಹ್ನೆಗಳನ್ನು ಆಯಾ ಜಾಗದಲ್ಲಿ ಮರೆಯದೆ ಹಾಕಿರಬೇಕು.

3. ತಿಳಿಸುವ ವಿಚಾರವನ್ನು ನಾಲ್ಕೈದು ವಾಕ್ಯಗಳ ಮೂರು-ನಾಲ್ಕು ಪ್ಯಾರಾಗಳಲ್ಲಿ ಮುಗಿಸಿರಬೇಕು.

ನಮೂನೆ-5 : ಅಣ್ಣನಿಗೆ ತಂಗಿಯ ಪತ್ರ .

ಬೆಂಗಳೂರು

18-2-2018

ತೀ|| ಸಮಾನರಾದ ಅಣ್ಣನವರಿಗೆ,

ಲಲಿತಾ ಮಾಡುವ ನಮಸ್ಕಾರಗಳು. ಉಭಯ ಕುಶಲೋಪರಿ ಸಾಂಪ್ರತ.

ಮಾತೃಶ್ರೀಯವರೂ, ನೀನೂ ನನ್ನನ್ನು ಹೊಸ ಜಾಗದಲ್ಲಿ, ಹೊಸ ಮನೆಯಲ್ಲಿ, ಹೊಸ ಕುಟುಂಬದ ಸದಸ್ಯರೊಂದಿಗೆ ಕಲೆಯಲು ಬಿಟ್ಟು ಹೋದ ಗಳಿಗೆಯಿಂದ, ಎಷ್ಟೇ ಮರೆಯಲು ಯತ್ನಿಸಿದರೂ ನೆನಪು ಮರುಕಳಿಸುತ್ತಲೇ ಇದೆ. ಇಲ್ಲಿನ ಮನೆ-ಮಂದಿ ಎಲ್ಲರೂ ತುಂಬಾ ಒಳ್ಳೆಯವರಂತಿದ್ದಾರೆ. ನನ್ನೊಂದಿಗೆ ಬೆರೆತು ಮಾತಾಡುತ್ತಿದ್ದಾರೆ. ನಿನ್ನ ಭಾವನವರೂ ಸಹ ತುಂಬಾ ಜಾಣರಂತೆಯೇ ಕಾಣುತ್ತಿದ್ದಾರೆ. ನನ್ನ ಅಂತರಂಗದ ವಿಚಾರವನ್ನು ಗ್ರಹಿಸುವುದರಲ್ಲಿ ತುಂಬಾ ಚಾಣಾಕ್ಷರಂತೆಯೇ ತೋರುತ್ತಿದ್ದಾರೆ. ಅವರಿಗೆ ವಿರಾಮ ದೊರೆತಾಗಲೆಲ್ಲಾ ನನ್ನೊಂದಿಗೆ ಸಲಿಗೆಯಿಂದ ಮಾತಾಡುತ್ತಾ , ನನ್ನ ಹೃದಯದ ದುಃಖವನ್ನು ಮರೆಸಲು ಯತ್ನಿಸುತ್ತಿರುತ್ತಾರೆ.

ನಾನೂ ಸಹ ವಾತಾವರಣಕ್ಕೆ ತಕ್ಕಂತೆ ಸೂಕ್ತ ರೀತಿಯಲ್ಲಿ ಹೊಂದಿಕೊಂಡು ಹೋಗುವುದೇ ಜೀವನ ಎಂಬ ವಿಚಾರವನ್ನು ಈಗ ಪ್ರತ್ಯಕ್ಷವಾಗಿ ತಿಳಿಯುತ್ತಿದ್ದೇನೆ. ಎಲ್ಲರೊಂದಿಗೂ ಬೆರೆತು, ಅವರ ಮನಸ್ಸನ್ನು ಸಂತೋಷಪಡಿಸಲು ಯತ್ನಿಸುತ್ತಿದ್ದೇನೆ, ಮನೆಕೆಲಸಗಳಿದ್ದಾಗ ಅಷ್ಟೊಂದು ಮಾನಸಿಕ ತುಮುಲ ಇರುವುದಿಲ್ಲ. ವಿರಾಮ ದೊರೆತಾಗ, ಒಂಟಿಯಾಗಿ ಕುಳಿತಾಗ ನಿಮ್ಮೆಲ್ಲರ ನೆನಪು ಮರುಕಳಿಸುತ್ತದೆ. ಕೃಷ್ಣಹರಿಸಿಂಗ್ ಅವರು ಬರೆದಿರುವ ''ನೆನಪು ಕಹಿಯಲ್ಲ'' ಎಂಬ ಪುಸ್ತಕದ ವಿಚಾರಗಳು ಕಣ್ಣು ಮುಂದೆ ಹಾದು ಹೋಗುತ್ತವೆ.

ಅಮ್ಮ ಹೇಗಿದ್ದಾರೆ? ಈಗಲಾದರೂ ಬೇಗ ನನ್ನ ಭಾವಿ ಅತ್ತಿಗೆಯನ್ನು ನಮ್ಮ ಮನೆಗೆ ಬರಮಾಡಿಕೊಳ್ಳುವೆ ಅಲ್ಲವಾ? ವಾರಕ್ಕೊಂದು ಬಾರಿಯಾದರೂ ಪತ್ರ ಬರೆಯುತ್ತಿರು. ಅಮ್ಮನ ಮನಸ್ಸಿಗೆ ನನ್ನ ಅಗಲಿಕೆಯ ಕಾರಣ ನೋವಾಗದಂತೆ ನೋಡಿಕೊ. ಅಮ್ಮನಿಗೆ ನನ್ನ ಪ್ರೀತಿಯ ನಮಸ್ಕಾರಗಳನ್ನು ತಿಳಿಸು.

ಇಂತಿ ನಮಸ್ಕಾರಗಳು
ನಿನ್ನ ಒಲುಮೆಯ ತಂಗಿ,
ಲಲ್ಲೂ

ವಿಳಾಸ:

ಶ್ರೀಯುತ ಬಿ.ವಿ. ಜಗದೀಶ ಅವರು,
895, 5ನೇ ಮುಖ್ಯರಸ್ತೆ ,
ಹೊನ್ನಾಳಿ, ಶಿವಮೊಗ್ಗ ಜಿಲ್ಲೆ,
ಪಿನ್‌ಕೋಡ್-577 217

ವಿಶೇಷ ಸೂಚನೆ :

1. ಪತ್ರಲೇಖನ ಒಂದು ಕಲೆ, ವಿಚಾರವನ್ನು ವ್ಯಕ್ತಗೊಳಿಸುವಾಗ ಕಲಾತ್ಮಕತೆ ಇರಲಿ.
2. ಭಾವನಾತ್ಮಕತೆ ತುಂಬಿರಲಿ.
3. ಅಣ್ಣನಿಗೆ ಬರೆಯುವಾಗ ''ತೀರ್ಥರೂಪರವರಿಗೆ'' ಎರಡು ಬರೆಯದೆ ''ತೀರ್ಥರೂಪ ಸಮಾನರಾದವರಿಗೆ'' ಎಂದೇ ಬರೆಯಿರಿ, ಏಕೆ ಎಂಬ ವಿಚಾರ ತಂದೆಗೆ ಬರೆಯುವ ಪತ್ರದ ನಮೂನೆಯಲ್ಲಿ ತಿಳಿಸಿದ್ದೇವಲ್ಲವೆ?

ನಮೂನೆ-6 : ತಂಗಿಯ ಪತ್ರಕ್ಕೆ ಅಣ್ಣನ ಮಾರುತ್ತರ.

ಹೊನ್ನಾಳಿ

18-2-2018

ನನ್ನ ಮುದ್ದು ತಂಗಿ ಲಲ್ಲೂ,

ನಿನ್ನ ಪತ್ರ ತಲುಪಿತು, ಪದ-ಪದದಲ್ಲೂ ನಿನ್ನ ಹುಚ್ಚು ಮನಸ್ಸಿನ ಮುಗ್ಧ ಮನೋಭಾವ ಕಂಡುಬಂದಿದೆ.

ಈಗ ನೀನು ವಿವಾಹಿತೆ. ಅಂದ ಮೇಲೆ ನಿನ್ನ ಜೀವನದ ಅಂತಸ್ತಿನಲ್ಲಿಯೂ (Stage) ಬದಲಾವಣೆ ಕಂಡುಬರಬೇಕಲ್ಲವಾ? ಅದರಲ್ಲೂ ನೀನು ಸ್ನಾತಕ ಪದವಿ ಪಡೆದವಳು. ವಿದ್ಯಾವತಿಯೂ ಹೌದು, ಸುಸಂಸ್ಕೃತಳೂ ಹೌದು. ತೌರುಮನೆ, ಪತಿಯ ಮನೆ ಎರಡಕ್ಕೂ ಕೀರ್ತಿ ಬರುವಂತೆ ಜೀವನದಲ್ಲಿ ತುಂಬಾ ಎಚ್ಚರಿಕೆಯಿಂದ, ಜವಾಬ್ದಾರಿಯನ್ನು ಅರಿತು ಹೆಜ್ಜೆ ಇಡಬೇಕಲ್ಲವಾ?

ನೀರು ಸದಾ ಹರಿಯುತ್ತಿರಬೇಕು, ಹರಿಯುತ್ತಿರುವ ನೀರು ತುಂಬಾ ಆರೋಗ್ಯಕರ ಎಂಬ ವಿಚಾರ ತತ್ತ್ವವನ್ನು ಮರೆಯದಿರು. ನೀನು ತಿಳಿಸಿರುವಂತೆ ''ವಾತಾವರಣಕ್ಕೆ ತಕ್ಕಂತೆ ಹೊಂದಿಕೊಂಡು ಹೋಗುವುದೇ ಜೀವನ.'' ನೀನು ಪ್ರವೇಶಿಸಿರುವ ಗೃಹದಲ್ಲಿ ಯಾವ ರೀತಿಯ ಗದ್ದಲವೂ ಆಗದಂತೆ ವಿಚಾರವಂತಿಕೆಯೊಂದಿಗೆ ನಡೆದುಕೋ.

ಹೊಸದರಲ್ಲಿ ಹೀಗೆಲ್ಲಾ ಅನ್ನಿಸುವುದು ಸಹಜ. ಆದರೆ ನಿರ್ವಹಿಸಬೇಕಾದ ಕಾರ್ಯಗಳನ್ನು ಕೈ ಬಿಡಬಾರದಲ್ಲವಾ? ನಾನು ನಿನಗೆ ತುಂಬಾ ಹಿಂದೆ ಪಾಠ ಮಾಡುತ್ತಿದ್ದಾಗ ಹೇಳುತ್ತಿದ್ದ ಒಂದು ಸೂಕ್ತಿಯನ್ನು ನೆನಪು ಮಾಡಿಕೋ- ''ಒಬ್ಬರನ್ನೊಬ್ಬರು ಕಲೆಯಬೇಕು, ಹಳತನ್ನು ಮರೆತು, ಹೊಸತನ್ನು ಕಟ್ಟಬೇಕು.''

ಇಂದಿನ ನಿನ್ನ ಸಂದಿಗ್ಧ ಸಂದರ್ಭದಲ್ಲಿ ಈ ಸೂಕ್ತಿ ಸಮಂಜಸ ಎನಿಸುವುದಿಲ್ಲವಾ? ಹೊಸದರಲ್ಲಿ ಒಂದೆರಡು ದಿನ ಹಾಗೆಲ್ಲಾ ಅನ್ನಿಸುವುದು ಹೆಣ್ಣು ಮಕ್ಕಳಿಗೆ ಸ್ವಾಭಾವಿಕ, ಸಹಜ. ಅಷ್ಟಕ್ಕೇ ಬೇಸರಗೊಂಡು ನೀನಿರುವ ಮನೆಯಲ್ಲಿ ನಿನ್ನ ಬೇಸರವನ್ನು ಎಲ್ಲರಿಗೂ ಹಂಚಲು ಹೋಗಬೇಡ. ಅವರೆಲ್ಲರ ಸಂತೋಷದಲ್ಲಿ ತಾನೇ ಈಗ ನೀನು ನಿನ್ನ ಸಂತೋಷವನ್ನು ನೋಡಬೇಕು?

ಮಾತೃಶ್ರೀಯವರೂ ಈ ಬಗ್ಗೆ ನಿನಗೆ ತಿಳಿವಳಿಕೆ ಹೇಳಲು ಒತ್ತಿ ಒತ್ತಿ

ತಿಳಿಸಿದ್ದಾರೆ. ನೆನಪಿರಲಿ, ಹುಟ್ಟಿದ ಮನೆ ಹಾಗೂ ಸೇರಿರುವ ಮನೆ ಎರಡಕ್ಕೂ ಕೀರ್ತಿಯ ಬೆಳಕನ್ನು ಚೆಲ್ಲುವುದು ನನ್ನ ಮುದ್ದಿನ ತಂಗಿಯಾದ ನಿನ್ನ ಜವಾಬ್ದಾರಿ ಎಂಬುದನ್ನು ಈ ಸಮಯದಲ್ಲಿ ಮರೆಯಬೇಡ. ನಿಮ್ಮ ಮನೆಯಲ್ಲಿ ಎಲ್ಲರಿಗೂ ನಮ್ಮ ನೆನಪುಗಳನ್ನು ತಿಳಿಸು.

ಇಂತಿ ಆಶೀರ್ವಾದಗಳು
ನಿನ್ನ ಪ್ರೀತಿಯ ಅಣ್ಣ

ಇವರಿಗೆ ಜಗದೀಶ
ಶ್ರೀಮತಿ ಬಿ.ವಿ. ಲಲಿತ,
56, ಜಂಗಮ ಮೇಸ್ತ್ರಿಗಲ್ಲಿ,
ಬಳೇಪೇಟೆ ಕ್ರಾಸ್,
ಬೆಂಗಳೂರು-560 053

ನಮೂನೆ-7 : ದೂರದಲ್ಲಿರುವ ಗೆಳೆಯನಿಗೆ ಸ್ನೇಹ ಪತ್ರ.

ನೀವಿಬ್ಬರೂ ಆತ್ಮೀಯ ಸ್ನೇಹಿತರು. ಒಂದೇ ಊರಿನಲ್ಲಿ ಹುಟ್ಟಿ ಬೆಳೆದವರು. ಒಡನಾಡಿಗಳಾಗಿ ಜೊತೆಯಲ್ಲಿ ಓಡಿ, ಆಡಿ ನಲಿದವರು; ಮುಂದೆ ಉನ್ನತ ಶಿಕ್ಷಣಕ್ಕಾಗಿ ನಿಮ್ಮ ಊರಿಂದ ದೂರ ಇದ್ದೀರಿ. ಮಧ್ಯಂತರ ರಜೆಯನ್ನು ಮುಗಿಸಿಕೊಂಡು ಅಲ್ಲಿಗೇ ತೆರಳಬೇಕಾಗುವುದು. ನಿಮ್ಮ ಗೆಳೆಯನ ಮನೆಗೆ ಹೋಗಲು ಅವಕಾಶ ಸಿಗದು. ಅಲ್ಲದೆ ಅವನು ಉದ್ಯೋಗದ ನಿಮಿತ್ತ ಬೇರೆ ಊರಿಗೆ ಹೋಗಿರುತ್ತಾನೆ. ಆಗ ನೀವು ಬರೆಯಬಹುದಾದ ಪತ್ರದ ನಮೂನೆ.

ಜಾರ್ಜ್ ವಾಷಿಂಗ್ಟನ್ ನಗರ
ಯು.ಎಸ್.ಎ.
8-2-2018

ಪ್ರೀತಿಯ ಗೆಳೆಯನಾದ ರಾಜೂ,

ನನ್ನ ಸ್ನೇಹದ ನೆನಪು ಕಹಿ ಅಲ್ಲ, ಅಲ್ಲವಾ? ನಾನು ದೂರದಲ್ಲಿದ್ದರೂ ನಿನ್ನ ನೆನಪು ಹಲವಾರು ಬಾರಿ ಕಾಡುತ್ತಿತ್ತು. ಹಿಂದೆ ನಾವಿಬ್ಬರೂ ಡಿಗ್ರಿಯವರೆಗೂ ಒಂದೇ ಕಾಲೇಜಿನಲ್ಲಿ ವ್ಯಾಸಂಗ ಮಾಡಿದ ರಸ ನಿಮಿಷಗಳನ್ನು ಮರೆಯಲು

ಸಾಧ್ಯವೇ? ನಾವಿಬ್ಬರೂ ಊರಿಂದ ಬರುತ್ತಿದ್ದ ತಿಂಡಿಗಳನ್ನು ಅಣ್ಣತಮ್ಮಂದಿರಂತೆ ಅನ್ಯೋನ್ಯತೆಯೊಂದಿಗೆ ಒಟ್ಟಿಗೆ ತಿಂದು, ಆನಂದಿಸುತ್ತಿದ್ದ ಸಂದರ್ಭಗಳನ್ನು ಮರೆಯಲು ಸಾಧ್ಯವೇ?

ಇಲ್ಲಿ ನನಗೆ ತುಂಬಾ ಗೆಳೆಯರಿದ್ದಾರೆ. ಭಾರತೀಯರು, ಅಮೆರಿಕನ್ ಗೆಳೆಯರೆಲ್ಲರೂ ಕಲೆಯುತ್ತಿರುತ್ತಾರೆ. ಆದರೆ ಬಾಲ್ಯದ ಸ್ನೇಹಿತನಾದ ನಿನ್ನನ್ನು ಅವರ ಗುಂಪಿಗೆ ಸೇರಿಸಲು ಸಾಧ್ಯ ಆಗುತ್ತಿಲ್ಲ, ಆಗುವುದೂ ಇಲ್ಲ ಅಲ್ಲವೇ?

ಒಂದು ವಿಷಯ, ನೀನು ಕೆಲಸ ಮಾಡುತ್ತಿರುವ ಜಾಗದಲ್ಲಿ ನಿನಗೆ ಯಾವುದೋ ಲವ್-ಲಿಂಕ್ ಆಗಿರುವ ವಿಷಯ ತಿಳಿಸಿದ್ದೆ. ಎಲ್ಲಿಯವರೆಗೂ ಮುಂದುವರೆದಿದೆ? ಈಗಾಗಲೇ ನನಗೆ ತಿಳಿಸದೆಯೇ ಮದುವೆಯನ್ನು ಮಾಡಿಕೊಂಡುಬಿಟ್ಟಿರುವೆಯೋ ಹೇಗೆ? ಆದರೆ ಒಂದು ವಿಷಯ, ನನಗೆ ತಿಳಿಸದಿದ್ದರೂ ಚಿಂತೆಯಿಲ್ಲ, ನಿಮ್ಮ ಮನೆಯವರೊಂದಿಗೆ ಪ್ರಸ್ತಾಪಿಸಿರುವೆ ತಾನೇ? ಅವರ ಒಪ್ಪಿಗೆಯನ್ನು ಪಡೆದಿರುವ ತಾನೇ? ಇಲ್ಲವಾದರೆ ಮುಂದಿನ ಜೀವನ ಜಟಿಲವೆನಿಸಿತು. ಇಂತಹ ಸಂದರ್ಭದಲ್ಲಿ ಆತುರ ಪಡಬಾರದು, ಅಲ್ಲವಾ?

ಈಗ ನಮಗೆ ಮಧ್ಯಂತರ ರಜೆ ಬಂದಿದೆ. ರಜೆ ಮುಗಿದ ನಂತರ ಎರಡು ವರ್ಷಗಳ ನಿರಂತರ ವ್ಯಾಸಂಗ ಅಭ್ಯಾಸ, ಊರಿಗೆ ಹೋಗಲು ಆಗುವುದಿಲ್ಲ. ಆದ್ದರಿಂದ ಮುಂದಿನ ವಾರ ಊರಿಗೆ ಹೋಗುತ್ತಿದ್ದೇನೆ. ಬ್ರಿಟಿಷ್ ಏರ್‌ವೇಸ್‌ನಲ್ಲಿ ನನ್ನ ಟಿಕೆಟ್ ಸಹ ಕಾದಿರಿಸಿದ್ದೇನೆ. ಆದ್ದರಿಂದ ನೀನೂ ಆ ವೇಳೆಗೆ ಊರಿಗೆ ಬಂದಿರು. ಇಬ್ಬರೂ ಜೊತೆಯಲ್ಲಿ ಕೂಡಿ ನದಿಯಲ್ಲಿ ಈಜಾಡೋಣ, ಬೆಟ್ಟ-ಗುಡ್ಡ ಪ್ರದೇಶಗಳಲ್ಲಿ ಸುತ್ತಾಡಿ ವಿಹರಿಸೋಣ, ವಿನೋದವಾಗಿ ಹರಟೆ ಹೊಡೆಯೋಣ.

ಸಾಧ್ಯವಾದರೆ ನನ್ನ ಭಾವಿ ಅತ್ತಿಗೆಯವರನ್ನು ಕರೆದುಕೊಂಡು ಬಾ. ಮಿಕ್ಕ ವಿಷಯ ಸಮಕ್ಷಮ ಸಂಧಿಸಿದಾಗ ಮಾತನಾಡೋಣ.

ನಿನ್ನ ಪ್ರೀತಿಯ,

ಜನೂ (ಜನಾರ್ದನ)

ಇವರಿಗೆ,

ಶ್ರೀಯುತ ಬಿ.ಎಸ್. ನಾಗರಾಜು,
ಸ್ಟೆನೋ ಟೈಪಿಸ್ಟ್,
ತಾಲ್ಲೂಕು ಕಛೇರಿ, ತರೀಕೆರೆ ತಾಲ್ಲೂಕು,
(ದ್ವಾರ) ಶಿವಾನಿ, ಚಿಕ್ಕಮಗಳೂರು ಜಿಲ್ಲೆ

ನಮೂನೆ-8 : ಗೆಳೆಯನ ಪ್ರೀತಿಯ ಪತ್ರಕ್ಕೆ ಮಾರುತ್ತರ.

ತರೀಕೆರೆ

10-2-2018

ನನ್ನ ಒಲವಿನ ಗೆಳೆಯ, ಜನೂ,

ನಿನ್ನ ಪತ್ರ ತಲುಪಿತು, ವಿಷಯವೆಲ್ಲಾ ತಿಳಿಯಿತು. ಪತ್ರವನ್ನ ಓದುತ್ತಿದ್ದಂತೆ ಗತ ನೆನಪುಗಳು ಒಂದೊಂದಾಗಿ ಚಲನಚಿತ್ರದ ರೀಲುಗಳಂತೆ ನನ್ನ ಕಣ್ಣುಮುಂದೆ ಸಾಗುತ್ತಾ ಹೋದುವು, ಕಣ್ಣುಗಳು ಪುಲಕಿತಗೊಂಡುವು; ಹಾಗೆಯೇ ತೇವವೂ ಆದುವು.

ಹಲವಾರು ತಿಂಗಳುಗಳಿಂದ ಪತ್ರ ಬರೆಯಲು ಯೋಚಿಸುತ್ತಿದ್ದೆ. ಇಲ್ಲಿನ ಕೆಲಸ ಕಾರ್ಯಗಳ ಒತ್ತಡದಿಂದ ಇಂದು, ನಾಳೆ ಅಂದುಕೊಂಡು ಆ ಸಮಯವನ್ನು ತಳ್ಳುತ್ತಲೇ ಬಂದೆ. ಹೀಗಾಗಿ ಪತ್ರ ಬರೆಯಲು ನಿಧಾನ ಆಯಿತು. ಇಂದು ನಿನ್ನ ಪತ್ರವನ್ನು ಓದಿದ ನಂತರ, ಇನ್ನೂ ನಿಧಾನ ಮಾಡುವುದು ಸರಿಯಲ್ಲ ಎಂದು ನಿರ್ಧರಿಸಿ, ನಿನಗೆ ಪತ್ರ ಬರೆಯಲು ಲೇಖನಿಯನ್ನು ಹಿಡಿದಿದ್ದೇನೆ.

ಹತ್ತು ತಿಂಗಳಿಂದ ನಾನು ಊರಿಗೆ ಹೋಗಿಲ್ಲ, ಕಾರಣ ಈಗ ನಾನು ತರೀಕೆರೆಯಲ್ಲಿ ಉದ್ಯೋಗದಲ್ಲಿರುವ ವಿಷಯವನ್ನು ಹಿಂದೆಯೇ ತಿಳಿಸಿದ್ದೆನಲ್ಲವಾ? ನಿನ್ನೊಂದಿಗೆ ಮಾತಾಡುವ ವಿಷಯ ತುಂಬಾ ಇದೆ. ಆದರೆ ಅದೇಕೋ ಪೆನ್ನೇ ಮುಂದೆ ಓಡುತ್ತಿಲ್ಲ. ಸುಭಾಷಿತ ಒಂದು ನೆನಪಾಗುತ್ತಿದೆ-ಹೃದಯ ತುಂಬಿ ಬಂದಾಗ, ಬಾಯಿಂದ ಮಾತೇ ಹೊರಡುವುದಿಲ್ಲ ಎಂದು, ಈಗ ಅದರ ಅನುಭವ ನನಗಾಗುತ್ತಿದೆ.

ನೀನು ಪ್ರಸ್ತಾಪಿಸಿರುವ ಲವ್-ಲಿಂಕ್ ಸುಭದ್ರಿತವಾಗಿ ಮುಂದೆ ಸಾಗುತ್ತಿದೆ. ಊರಿನಲ್ಲಿ ನನ್ನ ತಾಯ್ತಂದೆಯರೆಲ್ಲರೂ ಇಲ್ಲಿಗೇ ಬಂದು ನೋಡಿಕೊಂಡು ಹೋಗಿದ್ದಾರೆ. ಸಮ್ಮತಿಯನ್ನೂ ನೀಡಿದ್ದಾರೆ. ಇನ್ನೊಂದೆರಡು ತಿಂಗಳಲ್ಲಿ ಮದುವೆಯ ದಿನ ನಿರ್ಧಾರ ಆಗುವುದರಲ್ಲಿದೆ. ನಿನಗೆ ತಿಳಿಸದೆ ಮದುವೆ ಆಗುವಷ್ಟು ಧೈರ್ಯ ನನಗಿದೆಯಾ?

ನೀನು ಊರಿಗೆ ಬಂದ ನಂತರ ಪತ್ರ ಬರಿ. ನಿನಗಾಗಿ ಒಂದು ವಾರ ರಜೆ ಹಾಕಿ, ನಿನ್ನ ಅಭಿಲಾಷೆಯಂತೆ ನಿನ್ನ ಭಾವೀ ಅತ್ತಿಗೆಯನ್ನೂ ಕರೆದು ಕೊಂಡು ಊರಿಗೆ ಬರುತ್ತೇನೆ. ಅವಳೂ ಸಹ ನಿನ್ನನ್ನು ನೋಡಲು ಅಪೇಕ್ಷಿಸುತ್ತಿದ್ದಾಳೆ.

ನಿನ್ನ ವ್ಯಾಸಂಗ ಭರದಿಂದ ನಿರಾತಂಕವಾಗಿ ಸಾಗುತ್ತಿದೆ ತಾನೇ? ನನ್ನ ಆತ್ಮೀಯ ಮಿತ್ರನಿಗೆ ಶಿಕ್ಷಣದಲ್ಲಿ ಸಂಪೂರ್ಣ ಯಶಸ್ಸು, ಗೆಲುವು ಲಭಿಸಲೆಂದು ಆಶಿಸುತ್ತೇನೆ, ಹಾರೈಸುತ್ತೇನೆ.

ಮಿಕ್ಕ ವಿಷಯ ಸಮಕ್ಷಮ.

ಇಂತಿ ನಿನ್ನ ಪ್ರೀತಿಯ ಗೆಳೆಯ,
ರಾಜೂ

To,
Mr. P.C. Janardhan
14, Bazar Sreet,
George Washington Town,
U.S.A.

ನಮೂನೆ-9 : ಗೆಳತಿಯಿಂದ ಗೆಳತಿಗೆ ಆತ್ಮೀಯ ಪತ್ರ.

ಹಾಸನ
22-2-2018

ಪ್ರೀತಿಯ ಗೆಳತಿ ಪ್ರಮೀಳಾಗೆ, ನಳಿನಿ ಮಾಡುವ ನಮಸ್ಕಾರಗಳು, ಸಾಂಪ್ರತ.

ನಾನು ಬೆಂಗಳೂರಿಗೆ ಬಂದಾಗಲೆಲ್ಲಾ ನಿನಗೆ ಹಾಸನಕ್ಕೆ ಬರಲು ತಿಳಿಸುತ್ತಲೇ ಇದ್ದೇನೆ. ನೀನು ಸಹ ಬರುವುದಾಗಿ ಹೇಳುತ್ತಲೆ ಇದ್ದೀ, ಬಂದಿದ್ದು ಮಾತ್ರ ಇಲ್ಲ. ಬಹುಶಃ ನಿನ್ನ ಹೈಸ್ಕೂಲಿನ ಪಾಠಪ್ರವಚನಗಳಿಗಾಗಿ ಹೆಚ್ಚಿನ ಸಮಯವನ್ನು ಸದ್ವಿನಿಯೋಗಿಸುತ್ತಿರುವೆ ಎಂದು ನಂಬಿರುವೆ.

ಚೆನ್ನಾಗಿ ಓದು, ಪ್ರಥಮ ದರ್ಜೆಯಲ್ಲಿ ತೇರ್ಗಡೆಯಾಗು. ಗೆಳತಿಯಾದ

ನನಗೂ ಕೂಡ ಇದು ಹೆಮ್ಮೆ ಪಡುವ ವಿಷಯ ತಾನೇ? ಆದರೆ ಗೆಳೆತನವನ್ನೇ ಮರೆತುಬಿಡುವುದೆಂದರೇನು? ಮುಂದಿನ ವಾರದಿಂದ ನಿಮಗೂ ಮಧ್ಯಂತರ ಕಾಲದ ರಜಾ ದಿನಗಳು ಪ್ರಾರಂಭ ಆಗುವುವು, ಅಲ್ಲವಾ? ಆಗಲಾದರೂ ಮನಸ್ಸು ಮಾಡಿದರೆ ಬಂದು, ಒಂದೆರಡು ದಿನ ನನ್ನೊಂದಿಗೆ ಇರಬಹುದಲ್ಲವಾ?

ನನಗಂತೂ ನಮ್ಮ ಗೆಳೆತನದ ಹಿಂದಿನ ನೆನಪುಗಳೇ ನೆನಪಿನ ಮೀಟು ಗೋಲಿನಂತೆ ಕಾಡುತ್ತಿವೆ. ಮರೆಯಲು ಯತ್ನಿಸಿದಷ್ಟೂ, ನೆನಪುಗಳು ಮತ್ತೂ ಮತ್ತಷ್ಟು ಮರುಕಳಿಸುತ್ತಲೇ ಇರುತ್ತವೆ. ಬೇಲೂರು, ಹಳೆಯಬೀಡು ಐತಿಹಾಸಿಕ ಸ್ಥಳಗಳಲ್ಲವಾ? ಅಲ್ಲಿನ ಸಾಂಸ್ಕೃತಿಕ ಕಲೆಯ ಬಗ್ಗೆ ನೀನು ಓದಿಲ್ಲವಾ? ಓದಿದಾಗ ಪಡುವ ಆನಂದಕ್ಕಿಂತಲೂ, ಕಣ್ಣಾರೆ ನೋಡಿ ಪಡೆಯುವ ಆನಂದ ಮಿಗಿಲಾದುದಲ್ಲವಾ?

ಇದೇ ಸಮಯದಲ್ಲಿ ಮುಂದಿನ ವಾರ ಇಲ್ಲಿ ನನ್ನ ಅಕ್ಕನ ಮದುವೆ ನೆರವೇರಲಿದೆ. ಅವಳೂ ಸಹ ನಿನ್ನನ್ನು ಮುಹೂರ್ತಕ್ಕೆ ಆಮಂತ್ರಿಸಲು ಬಾರಿ ಬಾರಿ ಹೇಳುತ್ತಿದ್ದಾಳೆ. ಪತ್ರದೊಂದಿಗೆ ಲಗ್ನಪತ್ರಿಕೆಯನ್ನೂ ಲಗತ್ತಿಸಿದ್ದೇನೆ. ಮರೆಯದೆ ನಿಮ್ಮ ಮನೆಯವರೆಲ್ಲರನ್ನೂ ಕರೆದುಕೊಂಡು ಬಾ.

ಮನೆಯಲ್ಲಿ ಎಲ್ಲರಿಗೂ ನನ್ನ ನೆನಪನ್ನು ತಿಳಿಸು.

ಪ್ರೀತಿಯ ನೆನಪುಗಳೊಂದಿಗೆ,

ನಿನ್ನ ನಲ್ಮೆಯ ಗೆಳತಿ,

ನಳಿನಿ

ವಿಳಾಸ :

ಕುಮಾರಿ ಪ್ರಮಿಳಾ,
ಶ್ರೀಯುತ ವೆಂಕಟರಂಗಯ್ಯ,
14, ಮಹಾತ್ಮ ಗಾಂಧಿ ರಸ್ತೆ,
ಬೆಂಗಳೂರು-560 001.

ವಿಶೇಷ ಸೂಚನೆ :

1. ವಿದಿತಗೊಳಿಸುವ ವಿಚಾರ ಸ್ಪಷ್ಟವಾಗಿರಲಿ, ವಿವರವಾಗಿರಲಿ, ಓದಲು ಮನೋಜ್ಞವೆನಿಸುವಂತಿರಲಿ.
2. ವಿಳಾಸಗಳನ್ನು ಬರೆಯುವಾಗ ಕೊನೆಯಲ್ಲಿ ಮರೆಯದೆ ಪಿನ್‌ಕೋಡ್ ಸಂಖ್ಯೆಯನ್ನು ಬರೆಯಿರಿ. ಇದರಿಂದ ಪತ್ರವು ತ್ವರಿತವಾಗಿ ತಲುಪಲು ಅನುಕೂಲ ಆಗುವುದು.

ನಮೂನೆ-10 :

10-2-2018

(ಮಠಾಧೀಶ್ವರರಿಗೆ ಪತ್ರ ಬರೆಯುವಾಗ)

ಶ್ರೀ ಶ್ರೀ ಶ್ರೀ..................................ಮಠಾಧೀಶ್ವರರಾದ ಶ್ರೀ ಶ್ರೀ..............................ಗುರುಗಳ ಚರಣ ಕಮಲಗಳಿಗೆ, ತಮ್ಮ ಈ ಶಿಷ್ಯನಾದ ದೇವರಾಜ ಭಟ್ಟರ್ ಮಾಡುವ ಅನಂತಕೋಟಿ ನಮಸ್ಕಾರಗಳು.

ದೇವರ ದಯೆಯಿಂದಲೂ. ಪೂಜ್ಯ ಗುರುವರ್ಯರಾದ ತಮ್ಮ ಕೃಪಾಶೀರ್ವಾದದಿಂದಲೂ ನಾನೂ ಹಾಗೂ ಇಲ್ಲಿನ ತಮ್ಮ ಸಮಸ್ತ ಶಿಷ್ಯರೂ ಆರೋಗ್ಯವಾಗಿರುವೆವು.

ಶ್ರೀಗಳವರ ಸನ್ನಿಧಾನದಲ್ಲಿ ಅರಿಕೆ ಮಾಡಿಕೊಳ್ಳುವುದೇನೆಂದರೆ, ಇದೇ ಬರುವ ಸಂಕಷ್ಟ ಚತುರ್ಥಿಯಂದು ಶ್ರೀ ಶ್ರೀ ಶ್ರೀ ಕ್ಷೇತ್ರದ ಗಣಪತಿ ದೇವಾಲಯದ ಜೀರ್ಣೋದ್ಧಾರ, ಅಷ್ಟಬಂಧ ಮುಂತಾದ ಕಾರ್ಯಕ್ರಮಗಳನ್ನು ನಡೆಸಬೇಕೆಂದು ನಿರ್ಧರಿಸಿದ್ದೇವೆ. ತಮ್ಮ ಕೃಪಾಭಿಕ್ಷೆ ಇದ್ದರೆ ಎಂತಹ ಮಹತ್ತರ ಕಾರ್ಯವೂ ಹೂವನ್ನೆತ್ತುವಷ್ಟು ಸುಲಭವಾಗಿ ನೆರವೇರುವುದೆಂಬುದು ನಮ್ಮೆಲ್ಲಾ ಭಕ್ತಕೋಟಿಯ ದೃಢ ನಂಬುಗೆ ಹಾಗೂ ನಿರೀಕ್ಷೆ.

ತಾವು ಕೃಪೆ ಮಾಡಿ ಈ ಸುಸಂದರ್ಭದಲ್ಲಿ ಶ್ರೀಕ್ಷೇತ್ರಕ್ಕೆ ಆಗಮಿಸಿ, ಕಾರ್ಯಕ್ರಮಗಳನ್ನೆಲ್ಲಾ ಸಾಂಗೋಪಾಂಗವಾಗಿ ನಡೆಯುವಂತೆ ತಮ್ಮ

ಭಕ್ತಕೋಟಿಯನ್ನು ಅನುಗ್ರಹಿಸಬೇಕೆಂದು ಕೋರುತ್ತೇವೆ.

ಸಮಯಾವಕಾಶವಿದ್ದರೆ ತಮ್ಮಿಂದ ಭಕ್ತ ಸಮೂಹಕ್ಕೆ ಮುಕ್ತಿ ಮಾರ್ಗವನ್ನು ಸೂಚಿಸುವ ಒಂದೆರಡು ಪ್ರವಚನಗಳನ್ನು ನೀಡುವಿರೆಂದು ಆಶಿಸುತ್ತೇವೆ.

ಇಂತು ತಮ್ಮ ಚರಣ ಕಮಲಗಳಿಗೆ ಸಾಷ್ಟಾಂಗ ನಮಸ್ಕರಿಸಿ,

ತಮ್ಮ ಪಾದ ಸೇವೆಗೆ ಅವಕಾಶ ಕೋರುವ ಶಿಷ್ಯ
ಅರ್ಚಕ ದೇವಾರಾಜಭಟ್ಟರ್
ವಿಜಯನಗರ
ಬೆಂಗಳೂರು

ವಿಳಾಸ:

ಶ್ರೀ ಶ್ರೀ ಶ್ರೀ ವಿಶ್ವೇಶ ತೀರ್ಥ ಸ್ವಾಮೀಜೀ,
ಶ್ರೀ ಪೇಜಾವರ ಅಧೋಕ್ಷಜ ಮಠ,
ಜಗದ್ಗುರು ಮಧ್ವಾಚಾರ್ಯ ಸಂಸ್ಥಾನ,
ಉಡುಪಿ-576 101.

ವಿಶೇಷ ಸೂಚನೆ:

1. ನಮೂನೆ ಹತ್ತರ ಪತ್ರ ಪಾರಿವಾರಕ ಪತ್ರವೂ ಅಲ್ಲ, ವ್ಯವಹಾರ ಪತ್ರವೂ ಅಲ್ಲ. ಹಿರಿಯರು ಹಾಗೂ ಪೂಜ್ಯರೂ ಎನಿಸಿದ ಪ್ರತಿಷ್ಠಿತ ಪುರುಷರಿಗೆ ಬರೆಯುವ ಪತ್ರ . ಇದರಲ್ಲಿ ವಿನಮ್ರತೆ, ವಿಧೇಯತೆಯ ಜೊತೆಗೆ ಪೂಜ್ಯ ಭಾವನೆಯೂ ತುಂಬಿರಬೇಕು.

(ಆ) ವ್ಯವಹಾರ ಪತ್ರಗಳು

ನಮೂನೆ-11ಎ : ಉಪಾಧ್ಯಾಯರಿಗೆ ರಜಕ್ಕಾಗಿ ಮನವಿ ಪತ್ರ.

ಬೆಂಗಳೂರು

ಇವರಿಗೆ   5-2-1997

ತರಗತಿಯ ಉಪಾಧ್ಯಾಯರು,

8ನೇ ತರಗತಿ 'ಎ' ವಿಭಾಗ,

ಸರ್ಕಾರಿ ಪದವಿ ಪೂರ್ವ ಕಾಲೇಜು (ನೂತನ ಕೋಟೆ),

ಬೆಂಗಳೂರು-560 018

ಪೂಜ್ಯರೇ,

ನನಗೆ ಮೈ ಸ್ವಸ್ಥವಿಲ್ಲದ ಕಾರಣ, ನನ್ನ ಗೈರು ಹಾಜರಿಯನ್ನು ಮನ್ನಿಸಿ ತಾರೀಖು 5-2-2018ರಿಂದ 7-2-2018ರವರೆಗೆ ಮೂರು ದಿನಗಳು ರಜಾ ಮಂಜೂರು ಮಾಡಬೇಕಾಗಿ ಪ್ರಾರ್ಥನೆ.

ತಮ್ಮ ವಿಧೇಯ,

(ಎನ್. ಕೃಷ್ಣಮೂರ್ತಿ)   ರಾಜಾರಾಮ, ಕೆ.

ತಂದೆಯ ರುಜು   8ನೇ ತರಗತಿ 'ಎ'

————

ನಮೂನೆ-11ಬಿ : ಟ್ರಾನ್ಸ್ಫರ್ ಸರ್ಟಿಫಿಕೇಟ್ ಪಡೆಯುವ ಅರಿಕೆ ಪತ್ರ.

ಇವರಿಗೆ,   ಬೆಂಗಳೂರು

ಪ್ರಾಂಶುಪಾಲರು,   19-4-2018

9ನೇ ತರಗತಿ 'ಬಿ' ವಿಭಾಗ,

ಸರ್ಕಾರಿ ಪದವಿಪೂರ್ವ ಕಾಲೇಜು,

18ನೇ ಅಡ್ಡರಸ್ತೆ, ಮಲ್ಲೇಶ್ವರಂ,

ಬೆಂಗಳೂರು-560 003

ವಿಷಯ : ಟ್ರಾನ್ಸ್ಫರ್ ಸರ್ಟಿಫಿಕೇಟ್ ಪಡೆಯುವ ಬಗ್ಗೆ

ಸ್ವಾಮಿ,

ನನ್ನ ತಂದೆಯವರು ಇದುವರೆಗೂ ನಗರದ ತಾಲ್ಲೂಕ್ ಆಫೀಸಿನಲ್ಲಿ

ಗುಮಾಸ್ತರಾಗಿ ಸೇವೆ ಸಲ್ಲಿಸುತ್ತಿದ್ದರು. ಈಗ ಅವರಿಗೆ ಹೊಸಕೋಟೆಯ ತಾಲ್ಲೂಕು ಕಛೇರಿಗೆ ವರ್ಗವಾಗಿ, ಬೆಂಗಳೂರು ನಗರದಿಂದ ಹೊಸಕೋಟೆಗೆ ಮನೆಯನ್ನು ಸ್ಥಳಾಂತರಿಸುತ್ತಿರುವುದರಿಂದ, ಅಲ್ಲಿನ ಕಾಲೇಜಿಗೇ ಸೇರಿ, ನಾನು ನನ್ನ ವ್ಯಾಸಂಗವನ್ನು ಮುಂದುವರಿಸಬೇಕಿದೆ.

ಆದ್ದರಿಂದ ಕೃಪೆ ಮಾಡಿ ನನಗೆ ಟ್ರಾನ್ಸ್‌ಫರ್ ಸರ್ಟಿಫಿಕೇಟ್‌ನೊಂದಿಗೆ ಅಂಕಪಟ್ಟಿ ಹಾಗೂ ಹಾಜರಿ ಪಟ್ಟಿಯನ್ನೂ ಕೊಟ್ಟು, ಪ್ರೋತ್ಸಾಹಿಸಬೇಕಾಗಿ ವಿನಮ್ರತೆಯೊಂದಿಗೆ ಪ್ರಾರ್ಥಿಸುತ್ತೇನೆ.

ಇಂತಿ ನಿಮ್ಮ ವಿಧೇಯ,

(ಪಿ. ಚನ್ನಯ್ಯ) ಪಿ.ಸಿ. ರಂಗಣ್ಣ

ತಂದೆಯ ರುಜು 9ನೇ ತರಗತಿ 'ಬಿ' ವಿಭಾಗ

ನಮೂನೆ-12 : ಪುಸ್ತಕ ಸಂಸ್ಥೆಯಿಂದ ಶಾಲೆಯ ಪುಸ್ತಕಗಳನ್ನು ತರಿಸಿಕೊಳ್ಳಲು ಪತ್ರ.

ಬೆಂಗಳೂರು

8-4-2018

ಇವರಿಗೆ

ವ್ಯವಸ್ಥಾಪಕರು,
ಗಣೇಶ ಪ್ರಕಾಶನ
ಬಳೇಪೇಟೆ,
ಬೆಂಗಳೂರು-53

ಮಾನ್ಯರೇ,

ವಿಷಯ : ಶಾಲಾ ಪುಸ್ತಕಗಳನ್ನು ತರಿಸಿಕೊಳ್ಳುವ ಬಗ್ಗೆ

ನಮ್ಮ ಹೈಸ್ಕೂಲಿನ ವತಿಯಿಂದ ವಿದ್ಯಾರ್ಥಿಗಳಾದ ನಾವೆಲ್ಲರೂ ಸೇರಿ, ಒಂದು ಶಾಲಾ ಸಹಕಾರ ಸಂಘವನ್ನು ಸ್ಥಾಪಿಸಿಕೊಂಡಿದ್ದೇವೆ. ವಿದ್ಯಾರ್ಥಿಗಳಿಗೆ ಉಪಯುಕ್ತವೆನಿಸುವ ಪುಸ್ತಕಗಳು ಹಾಗೂ ಇತರೇ ಸ್ಟೇಷನರಿ ಸಾಮಾನುಗಳನ್ನು ನ್ಯಾಯದ ಬೆಲೆಗೆ ಒದಗಿಸಲು ನಿಶ್ಚಯಿಸಿದ್ದೇವೆ.

ತಮ್ಮ ಪ್ರಕಾಶನದಿಂದ ಹೊರಬಂದಿರುವ-

(1) ಕನ್ನಡ ವ್ಯಾಕರಣ (2) ಸುಭಾಷಿತ ಸೌರಭ

(3) ಕನ್ನಡ ಭಾಷಣಕಲೆ (4) ಜನಪ್ರಿಯ ಗಾದೆಗಳ ನಿಘಂಟು

(5) ಕನ್ನಡ-ಇಂಗ್ಲೀಷ್ ಶಬ್ದಕೋಶ (6) ಹಿಂದಿ-ಕನ್ನಡ ಶಬ್ದಕೋಶ

ಈ ಪುಸ್ತಕಗಳ ಬೆಲೆ ಪಟ್ಟಿಯ ವಿವರಣೆಯನ್ನು ನೀವು ಪುಸ್ತಕಗಳಿಗೆ ನೀಡುವ ಶೇಕಡ ರಿಯಾಯಿತಿಯೊಂದಿಗೆ ಬರೆದು ತಿಳಿಸಲು ಪ್ರಾರ್ಥನೆ.

ತಮ್ಮ ವಿಶ್ವಾಸಿ,
ಕೆ.ಹೆಚ್. ರಂಗನಾಥ
ಗೌರವ ಕಾರ್ಯದರ್ಶಿ
ಶಾಲಾ ಸಹಕಾರ ಸಂಘ
ಸರ್ಕಾರಿ ಪ್ರೌಢಶಾಲೆ
ಶೇಷಾದ್ರಿಪುರಂ
ಬೆಂಗಳೂರು ನಗರ

ಬೆಂಗಳೂರು
8-4-2018

ವಿಶೇಷ ಸೂಚನೆ :

1. ಪಾರಿವಾರಿಕ ಪತ್ರಗಳಿಗೂ, ವ್ಯವಹಾರಿಕ ಪತ್ರಗಳಿಗೂ ಇರುವ ಸಮಯೋಚಿತ ಭೇದವನ್ನು ಕೂಲಂಕಷವಾಗಿ ಗಮನಿಸಿ.

ನಮೂನೆ-13 : ಶಾಲಾ ಸಹಕಾರ ಸಂಘದ ಬೇಡಿಕೆಗೆ ಮಾರುತ್ತರ.

ಇವರಿಂದ

ವ್ಯವಸ್ಥಾಪಕರು,

ಗಣೇಶ ಪ್ರಕಾಶನ

ಬಳೇಪೇಟೆ, ಬೆಂಗಳೂರು

ಬೆಂಗಳೂರು-560 053 12-4-2018

ಮಾನ್ಯರೇ,

ವಿಷಯ : ಪುಸ್ತಕಗಳ ಸರಬರಾಜಿನ ಬಗ್ಗೆ

ನಮ್ಮಿಂದ ಪ್ರಕಟವಾಗಿರುವ, ವಿದ್ಯಾರ್ಥಿಗಳಿಗೆ ಅನುಕೂಲವಾದ ಎಲ್ಲಾ ಪುಸ್ತಕಗಳ ಕ್ಯಾಟಲಾಗ್ ಅನ್ನು ತಮಗೆ ಕಳುಹಿಸಿಕೊಡುತ್ತಿದ್ದೇವೆ. ಇದರಲ್ಲಿ ಪ್ರತಿ ಪುಸ್ತಕದ ಬೆಲೆಯೊಂದಿಗೆ, ನಮ್ಮ ಪ್ರಕಾಶನವು ಹತ್ತು ಪುಸ್ತಕಗಳಿಗಿಂತಲೂ ಹೆಚ್ಚಾಗಿ ಪಡೆಯುವವರಿಗೆ ನೀಡುವ ರಿಯಾಯಿತಿ ಬೆಲೆಯನ್ನೂ ನಮೂದಿಸುತ್ತಿದ್ದೇವೆ.

ಪುಸ್ತಕ ಪ್ರತಿಗಳು ಮುಗಿಯುತ್ತಿರುವುದರಿಂದ ನಿಮಗೆ ಬೇಕಾದ ಪುಸ್ತಕಗಳ ಬಗ್ಗೆ ಬೇಗ ಆರ್ಡರ್ ಕಳುಹಿಸಲು ವಿನಮ್ರ ವಿನಂತಿ.

ತಮ್ಮ ಸಹಕಾರವನ್ನು ಬಯಸುವ,

ತಮ್ಮ ವಿಶ್ವಾಸಿ,

ರಘುರಾಮಯ್ಯ ಬಿ.

ವ್ಯವಸ್ಥಾಪಕ

ಇವರಿಗೆ

ಶ್ರೀಯುತ ಕೆ.ಹೆಚ್. ರಂಗನಾಥ

ಗೌರವ ಕಾರ್ಯದರ್ಶಿ

ಶಾಲಾ ಸಹಕಾರ ಸಂಘ,

ಸರ್ಕಾರಿ ಪ್ರೌಢಶಾಲೆ,

ಶೇಷಾದ್ರಿಪುರಂ,

ಬೆಂಗಳೂರು ನಗರ - 560 028

—

ವಿಶೇಷ ಸೂಚನೆ :

1. ವಿಳಾಸವನ್ನು ಬರೆಯುವುದರಲ್ಲಿ ಎರಡು ವಿಧಾನಗಳಿರುತ್ತವೆ.

1. **ಇಂಡೆಟೆಡ್ ಫಾರಂ**

ಇದರಲ್ಲಿ ಪ್ರತಿ ಪಂಕ್ತಿಗೂ ಎಡಗಡೆಯಿಂದ ಸ್ವಲ್ಪ ಸ್ವಲ್ಪವೇ ಜಾಗ ಬಿಟ್ಟು ಬಿಟ್ಟು ಬರೆಯಬೇಕಾಗುವುದು. (ಕೆಳಗೆ ತೋರಿಸಿರುವಂತೆ)

ಶ್ರೀಯುತ ಕೆ.ಹೆಚ್. ರಂಗನಾಥ,

   ಗೌರವ ಕಾರ್ಯದರ್ಶಿ,

     ಶಾಲಾ ಸಹಕಾರ ಸಂಘ,

      ಸರ್ಕಾರಿ ಪ್ರೌಢಶಾಲೆ,

       ಶೇಷಾದ್ರಿಪುರಂ,

        ಬೆಂಗಳೂರು-560 028

2. **ಬ್ಲಾಕ್ ಫಾರಂ**

ಇದರಲ್ಲಿ ಎಡಗಡೆಯಿಂದ ಪ್ರಾರಂಭ- ಹಾರಿಜಾಂಟಲ್ ಅಂದರೆ ನೇರವಾಗಿರುತ್ತದೆ (ಕೆಳಗೆ ತೋರಿಸಿರುವಂತೆ).

ಶ್ರೀಯುತ ಕೆ.ಹೆಚ್. ರಂಗನಾಥ,

ಗೌರವ ಕಾರ್ಯದರ್ಶಿ,

ಶಾಲಾ ಸಹಕಾರ ಸಂಘ,

ಸರ್ಕಾರಿ ಪ್ರೌಢಶಾಲೆ,

ಶೇಷಾದ್ರಿಪುರಂ,

ಬೆಂಗಳೂರು-560 028

_____

ನಮೂನೆ-14ಎ : ಗ್ರಂಥಾಲಯಕ್ಕೆ ಪುಸ್ತಕಗಳನ್ನು ತರಿಸಿಕೊಳ್ಳಲು.

ಇವರಿಗೆ
ನಾಲೆಡ್ಜ್ ಸೆಂಟರ್,
23, ಪೋಸ್ಟ್ ಆಫೀಸ್ ರಸ್ತೆ,
ಬೆಂಗಳೂರು-560 017

ಇಂದ
ಜ್ಞಾನಸಿಂಧು ಸರ್ಕ್ಯುಲೇಟಿಂಗ್ ಲೈಬ್ರರಿ
ಆನೇಕಲ್
ಬೆಂಗಳೂರು ಗ್ರಾಮಾಂತರ ಜಿಲ್ಲೆ
10-6-2018

ಮಾನ್ಯರೇ,

ನಾವು ಮೇಲೆ ತಿಳಿಯಪಡಿಸಿರುವ ಗ್ರಂಥಾಲಯವನ್ನು ಕಳೆದ ಹತ್ತು ವರ್ಷಗಳಿಂದಲೂ, ಸಾರ್ವಜನಿಕ ಹಿತದೃಷ್ಟಿಯಿಂದ ತೃಪ್ತಿದಾಯಕವಾಗಿ ನಡೆಸಿಕೊಂಡು ಬರುತ್ತಿದ್ದೇವೆ. ಈಗ ನಿಮ್ಮ ಪ್ರಕಾಶನದ ಮೂಲಕ ಬಹಳಷ್ಟು ಹೊಸ ಪುಸ್ತಕಗಳು ಹೊರಬಂದಿರುವುದಾಗಿ ವೃತ್ತಪತ್ರಿಕೆಗಳ ಜಾಹಿರಾತು ವಿಭಾಗದಲ್ಲಿ ಗಮನಿಸಿದೆ.

ದಯವಿಟ್ಟು ಅಂತಹ ಪುಸ್ತಕಗಳ ಹೆಸರು, ಬೆಲೆಗಳನ್ನು ತಿಳಿಸುವಿರಾ? ಪುಸ್ತಕಗಳ ಪಟ್ಟಿ ಇದ್ದರೆ ಕಳುಹಿಸಿಕೊಟ್ಟರೂ ಅನುಕೂಲವೇ.

ಇಂತಿ ತಮ್ಮ ಸಹಕಾರವನ್ನು ಬಯಸುವ,
ಕೃ. ನಾರಾಯಣರಾವ್
(ಗ್ರಂಥಾಲಯದ ಪರವಾಗಿ)

ನಮೂನೆ-14ಬಿ : ನಾಲೆಡ್ಜ್ ಸೆಂಟರ್ ಪ್ರಕಾಶನದಿಂದ ಮಾರುತ್ತರದ 'ನಮೂನೆ'

ಇವರಿಗೆ
ವ್ಯವಸ್ಥಾಪಕರು,
ಜ್ಞಾನಸಿಂಧು ಸರ್ಕ್ಯುಲೇಟಿಂಗ್ ಲೈಬ್ರರಿ,
ಆನೇಕಲ್,
ಬೆಂಗಳೂರು ಗ್ರಾಮಾಂತರ ಜಿಲ್ಲೆ

ನಾಲೆಡ್ಜ್ ಸೆಂಟರ್
23, ಪೋಸ್ಟ್ ಆಫೀಸ್ ರಸ್ತೆ
ಬೆಂಗಳೂರು-17
15-6-2018

ಮಾನ್ಯರೇ,

ತಮ್ಮ ಅಭಿಮಾನದ ಪತ್ರ ತಲುಪಿದೆ. ಇದೇ ತಾನೆ ಮಕ್ಕಳ ಹಾಗೂ

ಮಹಿಳೆಯರ ವಿಚಾರಗಳಿಗೆ ಸಂಬಂಧಿಸಿದಂತೆ ಇಪ್ಪತ್ತು ಪುಸ್ತಕಗಳು ನವಪ್ರಕಾಶನದ ರೂಪದಲ್ಲಿ ನಮ್ಮ ಸಂಸ್ಥೆಯಿಂದ ಹೊರಬಂದಿವೆ. ಅವುಗಳ ಕ್ಯಾಟಲಾಗ್ ಕಳುಹಿಸುತ್ತಿದ್ದೇವೆ.

ತಮ್ಮಿಂದ ಆರ್ಡರ್‌ಗಾಗಿ ಕಾಯುತ್ತಿರುವ,

ತಮ್ಮ ವಿಶ್ವಾಸಿ
(ಸಹಿ) ಗೋಕುಲ್ ಚಂದ್
ಪ್ರಕಾಶನದ ಪರವಾಗಿ

ನಮೂನೆ-14ಸಿ: ಗ್ರಂಥಾಲಯಕ್ಕೆ ಪುಸ್ತಕಗಳನ್ನು ಕಳುಹಿಸಿಕೊಡುವ ಬಗ್ಗೆ ಮಾರುತ್ತರ.

ಇವರಿಗೆ
ವ್ಯವಸ್ಥಾಪಕರು
ಜ್ಞಾನಸಿಂಧು ಸರ್ಕ್ಯುಲೇಟಿಂಗ್ ಲೈಬ್ರರಿ
ಆನೇಕಲ್,
ಬೆಂಗಳೂರು ಗ್ರಾಮಾಂತರ ಜಿಲ್ಲೆ

ನಾಲೆಡ್ಜ್ ಸೆಂಟರ್
23, ಪೋಸ್ಟ್ ಆಫೀಸ್ ರಸ್ತೆ
ಬೆಂಗಳೂರು-560 017
15-6-2018

ಮಾನ್ಯರೇ,

ತಮ್ಮ ಅಭಿಮಾನದ ಪತ್ರ ತಲುಪಿದೆ. ನಮ್ಮ ಪ್ರಕಾಶನದಿಂದ ಹೊರ ಬಂದಿರುವ ಹೊಸ ಪುಸ್ತಕಗಳ ಪಟ್ಟಿಯನ್ನು ಕಳುಹಿಸಿಕೊಡುತ್ತಿದ್ದೇವೆ. ಪ್ರತಿ ಪುಸ್ತಕದ ಹೆಸರಿನ ಸಾಲಿನಲ್ಲಿಯೇ ಅದರ ಬೆಲೆ ಹಾಗೂ ರಿಯಾಯಿತಿಯ ಬೆಲೆಯನ್ನೂ ನಮೂದಿಸಲಾಗಿದೆ. ನೀವು 250 ರೂಪಾಯಿಗಳಿಗಿಂತಲೂ ಹೆಚ್ಚಿನ ಬೆಲೆಯ ಪುಸ್ತಕಗಳನ್ನು ಒಂದೇ ಸಲ ಕೊಂಡರೆ ಚಾಲ್ತಿ ರಿಯಾಯಿತಿಯೊಂದಿಗೆ ಶೇ. 10ರಷ್ಟು ವಿಶೇಷ ರಿಯಾಯಿತಿಯನ್ನೂ ನೀಡಲಾಗುವುದು.

ಹೊಸ ಪುಸ್ತಕಗಳ ಖರೀದಿಗೆ ಮಾರುಕಟ್ಟೆಯಲ್ಲಿ ಡಿಮ್ಯಾಂಡ್ ಇರುವುದರಿಂದ ಆದಷ್ಟು ಬೇಗ ಆರ್ಡರ್ ಕಳುಹಿಸಿ. ಪುಸ್ತಕಗಳನ್ನು ವಿ.ಪಿ.ಪಿ. ಮೂಲಕ ಕಳುಹಿಸುವುದಿಲ್ಲ. ಹಣವನ್ನು ಮನಿ ಆರ್ಡರ್ ಮಾಡಿ. ಹಣ

ತಲುಪಿದ ಕೂಡಲೇ ನಿಮಗೆ ಬೇಕೆನಿಸಿರುವ ಪುಸ್ತಕಗಳನ್ನು ರಿಜಿಸ್ಟರ್ ಪಾರ್ಸಲ್ ಮೂಲಕ ಕಳುಹಿಸಲಾಗುವುದು. ಮನಿ ಆರ್ಡರ್ ಕೂಪನ್ನಿನಲ್ಲಿ ನಿಮ್ಮ ವಿಳಾಸವನ್ನು ಸರಿಯಾದ ಪಿನ್‍ಕೋಡ್ ಸಂಖ್ಯೆಯೊಂದಿಗೆ ಸ್ಪಷ್ಟವಾಗಿ ಬರೆದು ಕಳುಹಿಸಿ.

ತಮ್ಮ ವಿಶ್ವಾಸಿ,
(ರುಜು) ಫೂಲ್‍ಚಂದ್
ವ್ಯವಸ್ಥಾಪಕ

ಲಗತ್ತಿರುವುದು :

1. ಹೊಸ ಪುಸ್ತಕಗಳ ಬುಕ್ ಲಿಸ್ಟ್.

2. ನಮ್ಮ ವಿಳಾಸದ ಲಕೋಟೆ.

ನಮೂನೆ-15 : ಉತ್ತಮ ದರ್ಜೆಯ ಕಾದಂಬರಿಯನ್ನು ಓದಿದ ನಂತರ ತಮ್ಮ
ಮೆಚ್ಚುಗೆಯನ್ನು ವ್ಯಕ್ತಗೊಳಿಸುವಿಕೆಯ ಪತ್ರ ನಮೂನೆ.

ಬೆಂಗಳೂರು

8-7-2018

ಕನ್ನಡ ಜನಪ್ರಿಯ ಕಾದಂಬರಿಕಾರರಾದ ಸನ್ಮಾನ್ಯ ವಿಜಯ್ ಹೆಮ್ಮಿಗೆ ಅವರಿಗೆ.

ಮಾನ್ಯರೇ,

ತಮ್ಮ ಹೊಸ ಕಾದಂಬರಿ ''ಉಮರನ ಉಯಿಲು'' ಓದಿದೆ. ಓದಿದೆ ಅನ್ನುವುದಕ್ಕಿಂತ ಅದೇ ಓದಿಸಿಕೊಂಡು ಹೋಯಿತು ಅಂದರೇ ಸರಿ ಎನಿಸೀತು. ಕಥಾವಸ್ತು ಹಳೆಯದಾದರೂ ಬಳಸಿರುವ ತಾಂತ್ರಿಕತೆಗಳು ಮೆಚ್ಚುವಂತಿವೆ. ಕಾದಂಬರಿ ಪೂರ್ತಿ ಬಹಳಷ್ಟು ವಿವರಣಾತ್ಮಕ ಶೈಲಿಯಲ್ಲಿ ಇರದೆ 'ಸಂವಾದ' ಶೈಲಿಯಲ್ಲಿ ನಿರೂಪಿತವೆನಿಸಿರುವುದರಿಂದ ಓದುವಾಗ ಬೇಸರದ ಹಾಗೂ ಆಲಸ್ಯದ ಆಕಳಿಕೆಗಳಿಗೆ ಅವಕಾಶ ಇಲ್ಲ.

ಕಾದಂಬರಿಯಲ್ಲಿ ಬರುವ ಪಾತ್ರಗಳು ಅತ್ಯಂತ ಆತ್ಮೀಯವಾಗಿದ್ದು,

ಹೃದಯಸ್ಪರ್ಶಿ ಎನಿಸಿವೆ. ಘಟನೆಗಳನ್ನು ಆಯ್ದುಕೊಂಡಿರುವ ಬಗ್ಗೆ, ಅವನ್ನು ವರ್ಣಿಸಿರುವ ರೀತಿಗಳನ್ನು ಗಮನಿಸಿದಾಗ ಈ ಕಾದಂಬರಿ ನಿಮ್ಮ ಇತರ ಕಾದಂಬರಿಗಳಿಗಿಂತಲೂ ಉತ್ತಮ ಎನಿಸಿದೆ ಎಂದು ನನ್ನ ವೈಯಕ್ತಿಕ ಭಾವನೆ. ಒಂದೆರಡು ಘಟನೆಗಳು ಮಾತ್ರ ನಂಬಲಸಾಧ್ಯವಾದ ರೀತಿಯಲ್ಲಿ ಮೂಡಿರುವಂತೆ ಕಂಡುಬರುತ್ತದೆ.

ಕಥಾವಸ್ತುವೂ ಸಹ ನಮ್ಮ ದೈನಂದಿನ ಬಾಳುವೆಯಲ್ಲಿ ಹಾದುಹೋಗುವ ಪ್ರಸಂಗಾತ್ಮಕ ವಿಷಯವೇ ಆಗಿದ್ದರೂ, ರೂಪಿಸಿರುವ ವಿಧಾನ ವೈವಿಧ್ಯಮಯ ಎನಿಸಿದೆ. ನಿಮ್ಮಿಂದ ಕಾದಂಬರಿಯ ಬೃಹತ್ ಕ್ಷೇತ್ರದಲ್ಲಿ ಇನ್ನೂ ಉತ್ತಮ ಕೃತಿಗಳು ಹೊರಬರಲೆಂದು ಆಶಿಸುವ,

ನಿಮ್ಮ ಅಭಿಮಾನಿ,
ಕೆ. ರಾಜಣ್ಣ
350, 3ನೆ ತಿರುವು
ಸರಸ್ವರತಿನಗರ
ಬೆಂಗಳೂರು-**40**

ಇವರಿಗೆ

ಸನ್ಮಾನ್ಯ ವಿಜಯ್ ಹೆಮ್ಮಿಗೆ,
ಸಂಖ್ಯೆ **321**, ''ಐಸಿರಿ'',
10ನೇ ಅಡ್ಡರಸ್ತೆ, ವಿಜಯನಗರ,
ರೈಲ್ವೆ ಬಡಾವಣೆ, ಮೈಸೂರು-**570 016**

ನಮೂನೆ-16 : ಹೆಚ್.ಎಂ.ಟಿ. ಗಡಿಯಾರಗಳನ್ನು ಮಾಗಡಿ ತಾಲ್ಲೂಕು ಕೇಂದ್ರದ ಷೋರೂಂಗೆ ತರಿಸಿಕೊಳ್ಳಲು ಬೆಂಗಳೂರಿನಲ್ಲಿರುವ ಕೈಗಡಿಯಾರಗಳ ಶಾಖೆಯ ಮಾರಾಟ ವಿಭಾಗದ ಮುಖ್ಯಸ್ಥರಿಗೆ ಬರೆಯಬಹುದಾದ ಪತ್ರ ನಮೂನೆ.

ಇವರಿಗೆ
ವ್ಯವಸ್ಥಾಪಕ ನಿರ್ದೇಶಕರು,
ಮಾರಾಟ ವಿಭಾಗ
ಹೆಚ್.ಎಂ.ಟಿ. ಕೈಗಾರಿಕೆಗಳ ಶಾಖೆ,
ಬೆಂಗಳೂರು ನಗರ,
ಬೆಂಗಳೂರು ಗ್ರಾಮಾಂತರ ಜಿಲ್ಲೆ-561 232

ಇವರಿಂದ,
ಶ್ರೀನಿವಾಸಯ್ಯ
ಪ್ರೊಪ್ರೈಟರ್
ಗಡಿಯಾರಗಳ ಅಂಗಡಿ
ಮಾಗಡಿ
ತಾರೀಖು 6-6-2018

ವಿಷಯ : ಕೈಗಡಿಯಾರಗಳನ್ನು ಸಗಟು ರೂಪದಲ್ಲಿ ಕೊಂಡುಕೊಳ್ಳುವ ಬಗ್ಗೆ

ಮಾನ್ಯರೇ,

ಹತ್ತಾರು ವರ್ಷಗಳಿಂದಲೂ ಮಾಗಡಿಯಲ್ಲಿ ನಮ್ಮ ಅಂಗಡಿ, ವಿವಿಧ ಕೈಗಾರಿಕಾ ಕೇಂದ್ರಗಳಿಂದ, ವಿವಿಧ ನಮೂನೆಯ ಗಡಿಯಾರಗಳನ್ನು ಸರಬರಾಜು ಮಾಡಿಸಿಕೊಂಡು, ಮಾರಾಟದಲ್ಲಿ ಜನಪ್ರಿಯವೆನಿಸಿದೆ.

ಈಗ ನಿಮ್ಮ ಶಾಖೆಯಲ್ಲಿ ನಾಲ್ಕೈದು ಆಕರ್ಷಕ ಕೈಗಡಿಯಾರಗಳ ನಮೂನೆಗಳು ಹೊರಬಂದಿರುವುದಾಗಿ, ಪ್ರಮುಖ ವೃತ್ತಪತ್ರಿಕೆಗಳ ವಿಜ್ಞಾಪನಾ ವಿಭಾಗದಲ್ಲಿ ಓದಿದ್ದೇವೆ. ಇಲ್ಲಿ ತಮ್ಮ ಶಾಖೆಯಲ್ಲಿ ತಯಾರಾದ ಯಾವುದೇ ಗಡಿಯಾರಗಳೂ ಇರುವ ಅಂಗಡಿಗಳಿಲ್ಲ.

ಗಡಿಯಾರ ಮಾರಾಟದಲ್ಲಿ ಜನಮನ ಸೆಳೆಯುವ ಹಾಗೂ ಖಾತರಿ ಬೆಲೆಯಲ್ಲಿ ಸಾರ್ವಜನಿಕರಿಗೆ ಸರಕುಗಳನ್ನು ಒದಗಿಸಿ, ಜನಪ್ರಿಯತೆಗಳಿಸುವ ಅನುಭವ ಇರುವ ಕಾರಣ, ಇಂದು ವಿಶ್ವವಿಖ್ಯಾತ ಎನಿಸಿರುವ ಹೆಚ್.ಎಂ.ಟಿ. ಗಡಿಯಾರಗಳ ಷೋ ರೂಮ್ ಒಂದನ್ನು ತೆರೆಯುವ ಮಹತ್ವಕಾಂಕ್ಷೆ ನಮ್ಮಲ್ಲಿ ಹೆಚ್ಚುತ್ತಿದೆ. ಅದಕ್ಕೆ ಸರಿಹೊಂದುವ ಅಂಗಡಿಯನ್ನು ಜನನಿಬಿಡವಾದ ಮುಖ್ಯರಸ್ತೆಯಲ್ಲಿ ಈಗಾಗಲೇ ಹೊಂದಲಿದ್ದೇವೆ.

ಆದ್ದರಿಂದ ದಯವಿಟ್ಟು ನಮಗೆ ಈ ತಾಲ್ಲೂಕು ಹೆಡ್‌ಕ್ವಾರ್ಟರ್ಸ್‌ನಲ್ಲಿ ತಮ್ಮ ಶಾಖೆಯ ಗಡಿಯಾರಗಳ ಅಧಿಕೃತ ಮಾರಾಟಗಾರರನ್ನಾಗಿ ನೇಮಿಸಿಕೊಂಡು, ಗಡಿಯಾರಗಳನ್ನು ಸರಬರಾಜು ಮಾಡಲು ಇರುವ ನಿಯಮುಗಳನ್ನು ತಿಳಿಸಬೇಕಾಗಿ ವಿನಮ್ರತೆಯೊಂದಿಗೆ ಕೋರುತ್ತಿದ್ದೇವೆ.

ಇಂತಿ ವಿಶ್ವಾಸಪೂರ್ವಕ ವಂದನೆಗಳೊಂದಿಗೆ

(ರುಜು) ಶ್ರೀನಿವಾಸಯ್ಯ

ನಮೂನೆ-17 : ದೆಹಲಿಯಲ್ಲಿರುವ ರಾಮ್‌ಕೋ ಎಂಟರ್‌ಪ್ರೈಸಸ್, ಮುದ್ರಣ ಯಂತ್ರ ಹಾಗೂ ಸಾಮಗ್ರಿಗಳ ಮಾರಾಟಗಾರರು. ಅವರಿಗೆ ಒಂದು ಆಟೋಮ್ಯಾಟಿಕ್ ಮುದ್ರಣ ಯಂತ್ರವನ್ನು ನಿಮ್ಮ ಮುದ್ರಣಾಲಯಕ್ಕೆ ಕೊಳ್ಳಲು ಪತ್ರ ಬರೆಯುವ ನಮೂನೆ.

ಇವರಿಂದ
ಕಾತ್ಯಾಯಿನಿ ಎಂಟರ್‌ಪ್ರೈಸಸ್
26, ಅಕ್ಕಿಪೇಟೆ ಮುಖ್ಯರಸ್ತೆ
ಬೆಂಗಳೂರು-560 053
ತಾರೀಖು : 8-5-2018

ಇವರಿಗೆ
ರಾಮ್‌ಕೋ ಎಂಟರ್‌ಪ್ರೈಸಸ್,
1685, ದರಿಯಾಗಂಜ್,
ನವದೆಹಲಿ-110 002

ಸನ್ಮಾನ್ಯರೇ,

ವಿಷಯ : ಒಂದು ಸ್ವಯಂಚಾಲನೆಯ ಮುದ್ರಣ ಯಂತ್ರ (ಆಟೋಮ್ಯಾಟಿಕ್)ವನ್ನು ಖರೀದಿಸುವ ಬಗ್ಗೆ.

ನಾವು ಕರ್ನಾಟಕ ರಾಜ್ಯಾದ್ಯಂತ ಎಲ್ಲಾ ರೀತಿಯ ಮುದ್ರಣ ಯಂತ್ರಗಳ ಮಾರಾಟದ ಪ್ರತಿನಿಧಿಗಳಾಗಿದ್ದು, ತಮ್ಮ ಕಂಪನಿಯಲ್ಲಿ ತಯಾರಾದ ಮುದ್ರಣ ಯಂತ್ರಗಳು ತುಂಬಾ ಭರವಸೆಯಿಂದ ಕೂಡಿರುವುದೆಂಬ ವಿಷಯ ನಮ್ಮ ಗಮನಕ್ಕೆ ಬಂದಿದೆ.

ಈಗಾಗಲೇ ನಮ್ಮಲ್ಲಿ ನಾಲ್ಕು ಮುದ್ರಣ ಯಂತ್ರಗಳು ಚಾಲನೆಯಲ್ಲಿದ್ದು, ಕೆಲಸ ಕಾರ್ಯಗಳ ಹೆಚ್ಚಿನ ಒತ್ತಡದ ಕಾರಣ, ಇನ್ನೊಂದು ಉತ್ತಮ ರೀತಿಯ ಸ್ವಯಂಚಾಲಿತ ಮುದ್ರಣ ಯಂತ್ರವನ್ನು ಕೊಂಡುಕೊಳ್ಳುವ ಅಪೇಕ್ಷೆ ಆಗಿದೆ.

ಆದಕಾರಣ ದಯವಿಟ್ಟು ತಮ್ಮಲ್ಲಿ ದೊರೆಯುವ ಮುದ್ರಣ ಯಂತ್ರಗಳ ವಿನ್ಯಾಸ ಕಾರ್ಯ ನಿರ್ವಹಣೆಯ ಕುರಿತಾದ ವಿವರಗಳನ್ನೊಳಗೊಂಡ ಸೂಚನಾ ಪಟ್ಟಿ (ಕ್ಯಾಟಲಾಗ್) ಅನ್ನು ಈ ನಮ್ಮ ಮೇಲ್ಕಂಡ ವಿಳಾಸಕ್ಕೆ ಆದಷ್ಟೂ ಜಾಗ್ರತೆ ಕಳುಹಿಸಿಕೊಡಬೇಕಾಗಿ ವಿನಮ್ರತೆಯ ಪ್ರಾರ್ಥನೆ.

ಇಂತಿ ವಿಶ್ವಾಸಪೂರ್ವಕ ವಂದನೆಗಳೊಂದಿಗೆ,.

(ರುಜು) ಸುನಿಲ್ ಚೌಧರಿ

ಕಾತ್ಯಾಯಿನಿ ಎಂಟರ್‌ಪ್ರೈಸಸ್ ಪರವಾಗಿ

ವಿಶೇಷ ಸೂಚನೆ:

1. ವ್ಯವಹಾರ ಪತ್ರವೆಂದರೆ ಒಂದು ಸಂಸ್ಥೆ-ಮಾರಾಟ ಮಳಿಗೆ ಇನ್ನೊಂದು ಸಂಸ್ಥೆಗೆ ಬೇಡಿಕೆಗಳನ್ನು ಕಳುಹಿಸುವುದು. ವ್ಯಾಪಾರ ಒಪ್ಪಂದ ಮೊದಲಾದ ವಿಷಯಗಳ ಬಗ್ಗೆ ಒಂದು ಸಂಸ್ಥೆ ಇನ್ನೊಂದು ನಗರದ ಇಲ್ಲವೇ, ಸ್ಥಳೀಯ ಶಾಖಾ (**Branch**) ಕಛೇರಿಯ ಜೊತೆ ಪತ್ರ ವ್ಯವಹಾರವನ್ನು ನಡೆಸುವುದು.
2. ಈಗಿನ ವಹಿವಾಟಿನ ಪೈಪೋಟಿಯಿಂದಾಗಿ, ಕ್ಷಣ ಕ್ಷಣವೂ ಮಾರುಕಟ್ಟೆಯನ್ನು ಗಮನಿಸಲು, ತನ್ನ ಕೆಲಸಗಾರರ ನಡವಳಿಕೆಯನ್ನು ಗಮನಿಸಿ ಸರಿಯಾದ ಸೂಕ್ತ ಸಲಹೆಗಳನ್ನು ನೀಡುತ್ತಲೇ ಇರಬೇಕಾಗುವುದು. ಉದಾಹರಣೆಗೆ:

ನಮೂನೆ-18 :

ಇವರಿಗೆ   ಇವರಿಂದ,
ಮಾಲೀಕರು,   ವ್ಯವಸ್ಥಾಪಕರು
ಉಮಾ ಎಕ್ಸ್‌ಪೋರ್ಟ್ (ಕೇ.ಕ),   ಉಮಾ ಎಕ್ಸ್‌ಪೋರ್ಟ್
ಶಿವಾಜಿ ರಸ್ತೆ (ಶಾ.ಕ.),   ಕೋಪ್ಪಿಕರ್ ರಸ್ತೆ
ಧಾರವಾಡ   ಹುಬ್ಬಳ್ಳಿ-580 020
                                                                       10-1-2018

ಮಾನ್ಯರೇ,

ನಮ್ಮ ಸಂಸ್ಥೆಯಾದ ಈ ಹುಬ್ಬಳ್ಳಿ ಕಛೇರಿಯಲ್ಲಿ ವ್ಯಾಪಾರ ವ್ಯವಹಾರದ ಒತ್ತಡ ಹೆಚ್ಚಾಗಿದ್ದು, ಜನರ ಬೇಡಿಕೆಗಳನ್ನು ಕಾಲ.ಕಾಲಕ್ಕೆ ಪೂರೈಸಲು ಕಷ್ಟವಾಗುತ್ತಿದೆ. ಆದ್ದರಿಂದ ಹುಬ್ಬಳ್ಳಿಯಲ್ಲಿ ನಮ್ಮ ಸಂಸ್ಥೆಯ ಇನ್ನೊಂದು ಶಾಖಾ ಕಛೇರಿಯನ್ನು ತೆರೆಯುವುದರಿಂದ ನಮ್ಮ ಲಾಭಾಂಶ ಹಾಗೂ ವ್ಯಾಪಾರ ಹೆಚ್ಚುವುದಲ್ಲದೆ ಗ್ರಾಹಕರ ಒತ್ತಡವೂ ತಗ್ಗಿ, ಯಾವುದೇ ತೊಂದರೆಗೆ ಅವಕಾಶವಿಲ್ಲದೆ ವ್ಯವಹಾರವನ್ನು ಕುದುರಿಸಿಕೊಂಡು ನಿರ್ವಹಿಸಲು ಸುಲಭಸಾಧ್ಯ ಆಗುವುದು.

ಇದು ಕೇವಲ ನನ್ನ ವೈಯಕ್ತಿಕ ಸಲಹೆ. ಸೂಚನೆಯ ಸಾಧಕ-ಬಾಧಕಗಳನ್ನು ಗಮನದಲ್ಲಿಟ್ಟುಕೊಂಡು, ಕ್ಷಿಪ್ರದಲ್ಲಿಯೇ ಉಚಿತ ನಿರ್ಣಯವನ್ನು ಕೈಗೊಳ್ಳುವಿರೆಂದು ನಂಬಿರುತ್ತೇನೆ.

                                                        ತಮ್ಮ ವಿಶ್ವಾಸಿ
                                                    (Sd) ಜಾನಕಿರಾಮ್
                                                        ವ್ಯವಸ್ಥಾಪಕರು
                                          ಉಮಾ ಎಕ್ಸ್‌ಪೋರ್ಟ್ (ಶಾ.ಕ.)
                                                        ಹುಬ್ಬಳ್ಳಿ

ನಮೂನೆ-19 :

ಇವರಿಗೆ
ಸಯ್ಯಾಜಿರಾವ್ ಅಂಡ್ ಕಂಪನಿ,
ಟ್ಯಾಕ್ಸ್ ಕನ್ಸಲ್ಟೆಂಟ್,
ಬಿ.ಹೆಚ್. ರೋಡ್,
ಬೆಂಗಳೂರು-560 002

ಇವರಿಂದ
ವ್ಯವಸ್ಥಾಪಕರು
ಸೇವಾ ಕನ್ಸೂಮರ್ಸ್ ಪ್ರಾಡಕ್ಟ್
(ಫಾಸ್ಟ್ ಫುಡ್ ಕಂಪನಿ)
ನೇತಾಜಿ ರೋಡ್, ಶಿವಮೊಗ್ಗ
5-5-2018

ಮಾನ್ಯರೇ,

ನಮ್ಮ ಸಂಸ್ಥೆಯ ವಾಣಿಜ್ಯ ವಹಿವಾಟು ತೆರಿಗೆ, ಉತ್ಪನ್ನ ತೆರಿಗೆಗೆ ಸಂಬಂಧಿಸಿದಂತೆ ವ್ಯವಸ್ಥಿತ ವ್ಯವಹಾರ ಲೆಕ್ಕಪತ್ರಗಳು ತೆರಿಗೆ ಸಲಹೆ ಸೂಚನೆಗಳಿಗೆ ಸಂಬಂಧಿಸಿದಂತೆ ದಕ್ಷರಾದ ಲೆಕ್ಕಪರಿಶೋಧಕರ ಅವಶ್ಯಕತೆ ಇದ್ದು, ಅತ್ಯಂತ ಯೋಗ್ಯ ಹಾಗೂ ಜವಾಬ್ದಾರಿಯುತವಾದ ಈ ಕಾರ್ಯ ತಮ್ಮ ಸಂಸ್ಥೆಯ ಸೇವೆಯನ್ನು ವಾರ್ಷಿಕ ಗುತ್ತಿಗೆಯ ಆಧಾರದ ಮೇಲೆ ಬಳಸಿ ಕೊಳ್ಳಲು ನಿರ್ಧರಿಸಿದ್ದೇವೆ. ದಯವಿಟ್ಟು ನಿಮ್ಮ ಒಪ್ಪಿಗೆ ಹಾಗೂ ಸಲಹಾ ಶುಲ್ಕದ ವಿವರಗಳೊಂದಿಗೆ ನಮ್ಮನ್ನು ಸಂಪರ್ಕಿಸುವಿರೆಂದು ನಂಬಿದ್ದೇವೆ.

ಇಂತಿ ವಿಶ್ವಾಸಪೂರ್ವಕ,
(ಸೇವಾ ಕನ್ಸೂಮರ್ಸ್ ಪ್ರಾಡಕ್ಟ್ ಪರವಾಗಿ)

ನಮೂನೆ-20 :

ಇವರಿಗೆ
ಶ್ರೀ ರಾಜಶೇಖರ ಕುಕ್ಕುಂದ
ಮುಖ್ಯಾಧಿಕಾರಿ,
ಶ್ರೀ ಗಜಾನನ ಎಂಟರ್‌ಪ್ರೈಸಸ್ (ಶಾ.ಕ)
ತುಮಕೂರು ಶಾಖೆ,
ತುಮಕೂರು, ಕರ್ನಾಟಕ ರಾಜ್ಯ

ಇವರಿಂದ
ಶ್ರೀ ಗಜಾನನ ಎಂಟರ್‌ಪ್ರೈಸಸ್
ಕೇಂದ್ರ ಕಛೇರಿ
48, ಜೆ.ಸಿ. ರೋಡ್
ಬೆಂಗಳೂರು-560 002
ತಾರೀಖು : 14-3-2018

ಮಾನ್ಯರೇ

ನೀವು ನಮ್ಮ ಸಂಸ್ಥೆಯ ವ್ಯಾಪಾರ ವಿಭಾಗದಲ್ಲಿ ಹಲವಾರು ವರ್ಷಗಳಿಂದ ಸೇವೆ ಸಲ್ಲಿಸುತ್ತಿರುವುದು ಸರಿಯಷ್ಟೆ. ವ್ಯಾಪಾರದಲ್ಲಿ ನಿಮ್ಮ ದಕ್ಷತೆ, ಚೂಟಿಯ ಚಟುವಟಿಕೆ, ಜವಾಬ್ದಾರಿಯ ನಿರ್ವಹಣೆ ಜೊತೆಗೆ ನಮ್ಮ ದಕ್ಷತೆ, ಚೂಟಿಯ ಚಟುವಳಿಕೆ, ಜವಾಬ್ದಾರಿಯ ನಿರ್ವಹಣೆ ಜೊತೆಗೆ ನಮ್ಮ ಗ್ರಾಹಕರೊಂದಿಗೆ ತಮ್ಮ ಸೌಜನ್ಯಪೂರ್ಣ ವರ್ತನೆಯಿಂದಾಗಿ, ತುಮಕೂರಿನಲ್ಲಿ ನಾವು ನಮ್ಮ ಸಂಸ್ಥೆಯ ಒಂದು ಶಾಖೆಯನ್ನು ತೆರೆಯಲು ನಿರ್ಧರಿಸಿದಾಗ, ನಿಮ್ಮನ್ನೇ ಅಲ್ಲಿನ ಶಾಖೆಯ ಮುಖ್ಯಾಧಿಕಾರಿಯನ್ನಾಗಿ ಸಂತೋಷದಿಂದ ನೇಮಿಸಿದೆವು.

ಪ್ರಾರಂಭದಲ್ಲಿ ನೀವೂ ಸಹ ನಮ್ಮ ನಿರೀಕ್ಷೆಯನ್ನು ಹುಸಿ ಮಾಡದೆ ನಡೆದುಕೊಂಡಿರುವುದೂ ಸಹಜವೇ. ಆದರೆ ಈಗೀಗ ನಿಮ್ಮ ಸೇವಾ ಕಾರ್ಯದಲ್ಲಿ ನಿಮ್ಮ ವರ್ತನೆಯು ಸಾರ್ವಜನಿಕರೊಂದಿಗೆ ಒರಟಾಗಿಯೂ, ಅಹಂಭಾವದಿಂದ ಕೂಡಿರುವುದಾಗಿ ಹಲವಾರು ಕಡೆಯಿಂದ ದೂರುಗಳು ಬರುತ್ತಲೇ ಇವೆ. ಸಾರ್ವಜನಿಕರೇ ಅಲ್ಲದೆ, ನಿಮ್ಮ ಕೈಕೆಳಗಿನ ಕಾರ್ಯಕರ್ತರೊಂದಿಗೂ ಅನುಚಿತ ರೀತಿಯಲ್ಲಿ ವರ್ತಿಸುತ್ತಿರುವ ವಿಚಾರವೂ ನಮ್ಮ ಗಮನಕ್ಕೆ ಬರುತ್ತಿದೆ.

ಈ ಬಗ್ಗೆ ಹಲವಾರು ಬಾರಿ ತಮಗೆ ಮುಖತಃ **(Oral)** ಎಚ್ಚರಿಕೆ ನೀಡಿದ್ದರೂ, ನೀವು ನಿಮ್ಮ ಅನುಚಿತ ವರ್ತನೆಯ ಬಗ್ಗೆ ಚಿಂತಿಸುತ್ತಿರುವಂತೆಯೇ ಕಂಡುಬರುತ್ತಿಲ್ಲ. ಈಗಲಾದರೂ ಜಾಗರೂಕತೆಯಿಂದ ಸೌಜನ್ಯತೆಯೊಂದಿಗೆ

ಸಾರ್ವಜನಿಕರು, ಗ್ರಾಹಕರು ಹಾಗೂ ನಿಮ್ಮ ಕೈಕೆಳಗಿನ ಕರ್ಮಚಾರಿಗಳೊಂದಿಗೆ ನಡೆದುಕೊಳ್ಳುವಿರೆಂದು ಆಶಿಸುತ್ತೇವೆ.

ಇಂತು ವಿಶ್ವಾಸದೊಂದಿಗೆ,
ಸಂಪರ್ಕಾಧಿಕಾರಿ
ಶ್ರೀ ಗಜಾನನ ಎಂಟರ್‌ಪ್ರೈಸಸ್
ಬೆಂಗಳೂರು-2

————

ವಿಶೇಷ ಸೂಚನೆಗಳು:

1. 'ಕೇಂ.ಕ.' ಅಂದರೆ ಕೇಂದ್ರ ಕಚೇರಿ ಎಂದರ್ಥ. ಇದನ್ನು ಇಂಗ್ಲಿಷ್‌ನಲ್ಲಿ **Head Office** ಅನ್ನುವರು.

2. ಯಾವುದೇ ಸಂಸ್ಥೆಯ ಮುಖ್ಯ ಅಧಿಕಾರಿ ಕೇಂದ್ರ, ವಲಯದಲ್ಲಿ "ಸಂಪರ್ಕಾಧಿಕಾರಿ" ಎನಿಸಿರುವನು. ಈತನನ್ನು ನಿರ್ವಹಣಾಧಿಕಾರಿ ಅಥವಾ ಮ್ಯಾನೇಜರ್ ಎಂದೂ ಕರೆಯಬಹುದು.

    ಹಲವೆಡೆ 'ನಿರ್ವಾಹಕ' ಅಥವಾ 'ನಿರ್ವಹಣಾಧಿಕಾರಿ' ಎಂದೂ ಕರೆಯುವರು. ಇಂತಹ ನಿರ್ವಹಣಾಧಿಕಾರಿಗಳು ತಮ್ಮ ಅಧೀನಸ್ಥ ಅಧಿಕಾರಿಗಳ ನಡತೆಯನ್ನು ತಿದ್ದುವ ಸಂದರ್ಭ ಬಂದಾಗಲೂ, ತಾವು ಉನ್ನತಾಧಿಕಾರಿ ಎಂದು ಭಾವಿಸದೆ ಸಂಸ್ಥೆಯಲ್ಲಿ ಸೇವಾಮನೋಭಾವದಿಂದಲೇ, ಸೌಜನ್ಯತೆಯಿಂದ ವರ್ತಿಸಬೇಕು. ಆಗ ಅಂತಹವರ ಬಗ್ಗೆ ಅಧೀನಸ್ಥ ಅಧಿಕಾರಿಗಳಿಗೆ ಇನ್ನಷ್ಟು ಗೌರವಾಭಿಮಾನವು ಹೆಚ್ಚುವುದಲ್ಲದೆ, ಕಾರ್ಯಚಟುವಟಿಕೆಗಳಲ್ಲಿ ಚುರುಕು ದ್ವಿಗುಣಿಸುವುದು. ಕಾನೂನು, ಸಂಪ್ರದಾಯ ಹೀಗೆ ಉಭಯ ರೀತಿಯಲ್ಲಿಯೂ ಈ ಬಗೆಯ ನಡವಳಿಕೆ ಶ್ರೇಯ, ಪ್ರೇಯ ಹಾಗೂ ಸರಿಯಾದ ಮಾರ್ಗ.

3. 'ಶಾ.ಕ.' ಎಂಬುದರ ವಿಸ್ತರಣಾ ರೂಪ 'ಶಾಖಾ ಕಛೇರಿ' ಎಂದು. ಇದನ್ನು ಇಂಗ್ಲಿಷ್‌ನಲ್ಲಿ **Branch Office** ಅನ್ನುವರು.

ನಮೂನೆ-21 : ಕಾಸ್ಮೆಟಿಕ್ ಹಾಗೂ ಚಿಲ್ಡ್ರನ್ ಟಾಯ್ಸ್‌ನ ಸಂಸ್ಥೆಯೊಂದು ಅವೆನ್ಯೂ ರೋಡ್, ಬೆಂಗಳೂರಿನಲ್ಲಿದೆ. ರಾಜಾಜಿನಗರದ ಡಾ|| ರಾಜ್‌ಕುಮಾರ್ ರಸ್ತೆಯಲ್ಲೋ, ಭಾಷ್ಯಂ ವೃತ್ತದ ಬಳಿಯೋ ಸಂಸ್ಥೆಯ ಶಾಖೆಯನ್ನು ತೆರೆಯಲು ಅನುಕೂಲವಾದ ಕಟ್ಟಡಕ್ಕಾಗಿ ವ್ಯವಹಾರ ಪತ್ರ.

ಇವರಿಗೆ
ಬ್ರಾಡ್‌ವೇ ಎಸ್ಟೇಟ್ ಏಜೆನ್ಸಿ,
2ನೇ ಮುಖ್ಯರಸ್ತೆ,
ರಾಜಾಜಿನಗರ,
ಬೆಂಗಳೂರು-560 010

ಇವರಿಂದ
ಮಾಂಟೆಗೋ ಡಿಸ್ಟ್ರಿಬ್ಯೂಟರ್ಸ್
16, ಅವೆನ್ಯೂ ರಸ್ತೆ,
ಬೆಂಗಳೂರು-560 002
ದಿನಾಂಕ 4-12-2018

ವಿಷಯ : ರಾಜಾಜಿನಗರದ ಡಾ. ರಾಜ್‌ಕುಮಾರ್ ರಸ್ತೆಯಲ್ಲೋ, ಭಾಷ್ಯಂ ವೃತ್ತದ ಬಳಿಯೋ ಸಗಟು ವ್ಯಾಪಾರ ಮಳಿಗೆ ತೆರೆಯಲು ಅನುಕೂಲವಾದ ಕಟ್ಟಡದ ಸಲುವಾಗಿ ವ್ಯವಹಾರ ಪತ್ರ.

ಮಾನ್ಯರೇ,

ನಾವು ಕಾಸ್ಮೆಟಿಕ್ಸ್ (ಸೌಂದರ್ಯ ಪ್ರಸಾಧನಗಳು) ಹಾಗೂ ಚಿಲ್ಡ್ರನ್ ಟಾಯ್ಸ್ (ಮಕ್ಕಳ ಅಟಿಕೆ)ಗಳ ಮಾರಾಟದಲ್ಲಿ ಅನುಭವಿ ಎನಿಸಿದ್ದೇವೆ. ಬೆಂಗಳೂರಿನ ಕೇಂದ್ರ ಭಾಗದಲ್ಲಿರುವ ಅವೆನ್ಯೂ ರಸ್ತೆಯಲ್ಲಿ ಈಗಾಗಲೇ ನಮ್ಮ ಒಂದು ಬೃಹತ್ ಮಳಿಗೆಯು ಸಾರ್ವಜನಿಕರಿಗೆ ಹಿತವೆನಿಸುವಂತೆ ಕಾರ್ಯ ಸೇವೆಯನ್ನು ನಡೆಸಿಕೊಂಡು ಬರುತ್ತಿದೆ, ಜನಪ್ರಿಯ ಎನಿಸಿದೆ.

ಆದರೆ ನಗರದ ದೂರದ ಪ್ರದೇಶಗಳಿಂದ ನಮ್ಮ ಕೇಂದ್ರಕ್ಕೆ ಬಂದು ವ್ಯಾಪಾರ ವಹಿವಾಟು ನಡೆಸಲು ನಗರದ ದೂರದ ಭಾಗಗಳವರಿಗೆ ಕಷ್ಟಸಾಧ್ಯವಾಗಿರುವುದಾಗಿ ಹಲವಾರು ಪತ್ರಗಳು ನಮಗೆ ಬರುತ್ತಲೇ ಇವೆ. ಈ ವಿಚಾರವನ್ನು ಗಮನಕ್ಕೆ ತಂದುಕೊಂಡು, ನಾವು ರಾಜಾಜಿನಗರದ ಡಾ|| ರಾಜಕುಮಾರ್ ರಸ್ತೆಯ ನೆರೆಹೊರೆಯಲ್ಲೋ, ಭಾಷ್ಯಂ ವೃತ್ತದ ಬಳಿಯೋ ನಮ್ಮ ಒಂದು ಸಗಟು ವ್ಯಾಪಾರ ಶಾಖೆಯ ಮಳಿಗೆಯನ್ನು ತೆರೆಯಲು ನಿರ್ಧರಿಸಿದ್ದೇವೆ.

ಮೇಲ್ಕಂಡ ಸ್ಥಳಗಳಲ್ಲಿ 25x25 ಹಾಲ್, 10x10 ಆಫೀಸ್ ರೂಮ್ ಗಳಿದ್ದು, ಬಾತ್ ರೂಂ, ಟಾಯ್ ಲೆಟ್, ಸಮರ್ಪಕ ನೀರು ಹಾಗೂ ದೀಪದ ಸುವ್ಯವಸ್ಥೆ ಇರುವಂತೆ ಪಾರ್ಕಿಂಗ್ (ವಾಹನ ನಿಲುಗಡೆ) ವ್ಯವಸ್ಥೆ ಇರುವ, ಯಾವುದೇ ಕಾನೂನು ರೀತ್ಯದ ತೊಡಕುಗಳಿಲ್ಲದ ಕಟ್ಟಡ ಬೇಕಾಗಿದೆ. ಅನುಕೂಲಕ್ಕೆ ತಕ್ಕ ಮುಂಗಡ ಹಣ ಹಾಗೂ ಬಾಡಿಗೆ ಹಣ ಪಾವತಿ ಮಾಡಲು ನಾವು ತಯಾರಿದ್ದೇವೆ. ನಿಮಗೂ ಧಾರಾಳ ರೂಪದ ಕಮೀಷನ್ ಲಭಿಸುವುದು. ನಮ್ಮ ಅನುಕೂಲಕ್ಕೆ ತಕ್ಕಂತೆ, ನೀವು ಪತ್ರಗಳನ್ನು ಒದಗಿಸಲು ವಿನಮ್ರತೆಯೊಂದಿಗೆ ಪ್ರಾರ್ಥಿಸುತ್ತೇವೆ.

ಇಂತಿ ವಂದನೆಗಳೊಂದಿಗೆ,

(Sd) x x x

_____

ವಿಶೇಷ ಸೂಚನೆಗಳು:

1. ವ್ಯಾವಹಾರಿಕ ಪತ್ರಗಳು ಸಾಮಾನ್ಯವಾಗಿ, ಸಂಕ್ಷಿಪ್ತವಾಗಿದ್ದು, ಕೆಲವೇ ಸಾಲುಗಳಲ್ಲಿ ಮುಗಿದಿರಬೇಕು. ಕೌಟುಂಬಿಕ ಪತ್ರಗಳಂತೆಯೇ ತುಂಬಾ ಉದ್ದವಾಗಿರಬಾರದೆಂಬ ವಿಷಯ ಸಹಜ. ಆದರೆ ಹಲವು ಸಂದರ್ಭಗಳಲ್ಲಿ ಮೇಲ್ಕಂಡ ಅಂಶ ಅಪವಾದ ಆಗುವುದೂ ಉಂಟು. ಸಾಮಾನ್ಯವಾಗಿ ಎಸ್ಟೇಟ್ ಸ್ಟೇಟ್ ಏಜೆನ್ಸಿಗೆ ಬರೆಯುವ ಪತ್ರಗಳಲ್ಲಿ (Exemption) ಕೇವಲ ಇಷ್ಟು ಸ್ಥಳಾವಕಾಶ ಇರುವ ಕಟ್ಟಡವನ್ನು ದೊರಕಿಸಿಕೊಡಿ ಎಂದು ಕೇಳಬಹುದಾದರೂ, ನಾವು ಮಾಡುವ ವ್ಯವಹಾರ ವಿಷಯಗಳನ್ನು ಸ್ಪಷ್ಟವಾಗಿ ವಿವರಿಸಿದ್ದರೆ, ಅದಕ್ಕೆ ತಕ್ಕಂತಹ ಅನುಕೂಲ ಸ್ಥಳವನ್ನು ದೊರಕಿಸಿಕೊಡಲು ಎಸ್ಟೇಟ್ ಅವರಿಗೆ ಸುಲಭಸಾಧ್ಯ ಎನಿಸುವುದು.

2. ಇನ್ನೊಂದು ವಿಷಯ. ಮೇಲ್ಕಂಡ ಪತ್ರದಲ್ಲಿ "ಧಾರಾಳ ಕಮೀಷನ್ ದೊರೆಯುವುದು" ಎಂದು ನಮೂದಿಸಿದೆ. ಇಂತಹ ಪ್ರಚೋದನೆ ವ್ಯವಹಾರ ತಂತ್ರವಾಗಿದ್ದು, ಪಾರ್ಟಿ ಅವರು ಅತ್ಯುತ್ಸಾಹದಿಂದ ಕಾರ್ಯಗೌರವದ ಕಡೆ ಗಮನಹರಿಸಲು ಪ್ರಲೋಭನೆಯನ್ನು ಉಂಟು ಮಾಡುವುದು.

ನಮೂನೆ-22 : ಕಂಪನಿಯೊಂದರಲ್ಲಿ ಲೀಗಲ್ ಅಡ್ವೈಸರ್ ಅನ್ನು ನೇಮಿಸಿಕೊಳ್ಳುವ ಬಗ್ಗೆ

ಇವರಿಗೆ   ಇವರಿಂದ
ಶ್ರೀ ಮಹದೇವನ್ ಅಂಡ್ ಸನ್ಸ್   ಶ್ರೀ ಗುರುರಾಜ ಟ್ರಾನ್ಸ್‌ಪೋರ್ಟ್
ಲೀಗಲ್ ಅಡ್ವೈಸರ್ಸ್,   ಕಾರ್ಪೋರೇಷನ್
24, ಜಂಗಮ ಮೇಸ್ತ್ರಿ ಗಲ್ಲಿ   ಚಾಮರಾಜಪೇಟೆ
ಬೆಂಗಳೂರು-560 053   ಬೆಂಗಳೂರು-560 018
                                                       ತಾರೀಖು : 20-10-2018

ವಿಷಯ : ನಿಮ್ಮ ಟ್ರಾನ್ಸ್‌ಪೋರ್ಟ್ ಕಂಪನಿಯಲ್ಲಿ ಅನುಭವಿ ಹಾಗೂ ಚತುರರೆನಿಸಿದ ಲೀಗಲ್ ಅಡ್ವೈಸರ್ ನೇಮಕಾತಿಗಾಗಿ.

ಮಾನ್ಯರೇ,

         ನಮ್ಮ "ಶ್ರೀ ಗುರುರಾಜ ಟ್ರಾನ್ಸ್‌ಪೋರ್ಟ್ ಕಾರ್ಪೋರೇಷನ್ ಸಂಸ್ಥೆಯು ದೇಶಾದ್ಯಂತ ಬಹಳಷ್ಟು ಲಾರಿಗಳೊಂದಿಗೆ ವ್ಯವಸ್ಥಿತ ಸರಕು ಸಾಗಾಣಿಕೆಯ ಸಂಪರ್ಕವನ್ನು ಹೊಂದಿದೆ. ಈ ಸಂದರ್ಭದಲ್ಲಿ ಹಲವೊಮ್ಮೆ ಹಲವಾರು ಪ್ರಸಂಗಗಳ ಕಾರಣ ಗ್ರಾಹಕರ ವಸ್ತುಗಳು ಕಳೆದು ಹೋಗುವುದುಂಟು, ಕಳ್ಳತನ ಆಗುವುದುಂಟು. ಜೊತೆಗೆ ಅಪಘಾತಗಳೂ ಸಂಭವಿಸುವುದುಂಟು.

         ಇಷ್ಟೇ ಅಲ್ಲದೆ ಕೆಲಸಗಾರರ ಅಜಾಗರೂಕತೆ ಹಾಗೂ ಬೇಜವಾಬ್ದಾರಿಯ ಕಾರಣದಿಂದಲೂ ನಾವು ಕಷ್ಟ-ನಷ್ಟಗಳನ್ನು ಅನುಭವಿಸುವುದಲ್ಲದೆ, ಪಾರ್ಟಿಯವರ ಮುಂದೆ ಆಪಾದಿತರಾಗಿ ನಿಂತು, ಕೋರ್ಟು-ಕಛೇರಿಗಳಲ್ಲಿ ಹಾಜರಾಗಬೇಕಾದ ಸಂದರ್ಭಗಳೂ ಸಂಭವಿಸುವುದುಂಟು. ಹಲವೊಮ್ಮೆ ಆರ್.ಟಿ.ಓ. ಕಛೇರಿ, ತೆರಿಗೆ ಕಛೇರಿಯೊಂದಿಗೆ ವ್ಯವಹರಿಸಬೇಕಾದ ಸಂದರ್ಭಗಳು ಉಂಟಾಗಿ, ವ್ಯವಹರಿಸಲು ಅನುಕೂಲವಾಗುವ ಸಲುವಾಗಿ ವ್ಯಾಪಾರ-ವ್ಯವಹಾರಗಳಲ್ಲಿ ಅನುಭವಿಗಳೂ, ಚತುರರೂ ಆದವರಿಂದ ಕಾನೂನುಗಳಿಗೆ ಸಂಬಂಧಿಸಿದ ಸಲಹೆಗಳನ್ನು ಪಡೆಯುವುದು ಅನಿವಾರ್ಯ ಎನಿಸಿದೆ.

ಈ ಅನಿವಾರ್ಯತೆಯ ಅಭಾವದಿಂದ ದೂರವಾಗಲು ನಿಮ್ಮನ್ನು ನಮ್ಮ ಕಾನೂನು ಸಲಹೆಗಾರ (ಲೀಗಲ್ ಅಡ್ವೈಸರ್)ರಾಗಿ ನೇಮಿಸಿಕೊಳ್ಳಲು ನಾವು ಹರ್ಷಿಸುತ್ತಿದ್ದೇವೆ. ಈ ಬಗ್ಗೆ ನಮ್ಮ ನಿಬಂಧನೆಗಳು, ನಿಮಗೆ ಸಲ್ಲಿಸಬಹುದಾದ ಸಲಹಾ-ಶುಲ್ಕ (ವಾರ್ಷಿಕ, ಮಾಸಿಕ ಇಲ್ಲವೇ ವ್ಯವಹರಿಸಿದ ಪ್ರಸಂಗಗಳಲ್ಲಿ)ಗಳ ವಿವರಗಳೊಂದಿಗೆ ಕಛೇರಿಯ ಕಾರ್ಯ ವೇಳೆಯ ಸಮಯದಲ್ಲಿ ಖುದ್ದಾಗಿ ಬಂದು, ಭೇಟಿಯಾಗಲು ವಿನಮ್ರ ವಿನಂತಿ. ಇಲ್ಲವೇ ಪತ್ರಮುಖೇನ ಅಥವಾ ಕಛೇರಿಯ ದೂರವಾಣಿಯ (ನಂ. 56480934) ಮೂಲಕ ಸಂಪರ್ಕಿಸಬೇಕಾಗಿ ಕೋರುತ್ತೇವೆ.

ಇಂತಿ ವಿಶ್ವಾಸದೊಂದಿಗೆ,
ಶ್ರೀ ಗುರುರಾಜ ಟ್ರಾನ್ಸ್‌ಪೋರ್ಟ್
ಕಂಪನಿಯ ಪರವಾಗಿ

ವಿಶೇಷ ಸೂಚನೆಗಳು:

1. ಪತ್ರ ವ್ಯವಹಾರದಲ್ಲಿ ಬೆರಳಚ್ಚು ಯಂತ್ರವನ್ನು ಬಳಸುವುದು ಅನುಕೂಲಕರ. ಇಲ್ಲವೇ ಕಾರ್ಬನ್ ಪ್ರತಿಯನ್ನೋ, ಜೆರಾಕ್ಸ್ ಕಾಪಿಯನ್ನೋ ನಮ್ಮ ಬಳಿ ಇಟ್ಟುಕೊಂಡಿರುವುದು ವ್ಯವಹಾರ ದೃಷ್ಟಿಯಿಂದ ಉಪಯುಕ್ತ. ಇಂತಹ ಪ್ರತಿಗಳನ್ನು ಜನರಲ್ ಲೆಟರ್ಸ್ ಫೈಲ್‌ನಲ್ಲಿ ತಾರೀಖುವಾರು ಜೋಡಿಸಿಟ್ಟುಕೊಳ್ಳುವುದು ಲಾಭಕರ.
2. ಸಾಮಾನ್ಯವಾಗಿ ವ್ಯಾಪಾರ ಹಾಗೂ ವ್ಯವಹಾರಗಳ ಸಂಸ್ಥೆಗಳಲ್ಲಿ 'ಲೆಟರ್ ಹೆಡ್' ಹೊಂದಿರುವ ಪ್ಯಾಡ್‌ಗಳನ್ನು ಬರೆಯುವಾಗ ಉಪಯೋಗಿಸುವುದರಿಂದ ಪತ್ರದ ಅಂದ-ಅಚ್ಚುಕಟ್ಟು ಹಾಗೊ ಸಮಯದ ಉಳಿತಾಯ ಉಂಟಾಗುವುದು.
3. ಓದುಗರಿಗೆ ಇಂತಹ ಪ್ಯಾಡ್ ಹಾಳೆಯ ಬರಹವನ್ನು ಕಂಡಾಗ ಆಕರ್ಷಕವೂ, ಆನಂದವೂ ಉಂಟಾಗಲು ಸಾಧ್ಯ ಉಂಟು.

ನಮೂನೆ-23 : ಪ್ರಕಾಶನಾಲಯದಿಂದ ಅಂಚೆಯ ಮೂಲಕ ಪುಸ್ತಕವನ್ನು ತರಿಸಿಕೊಳ್ಳಲು ಬಯಸಿದಾಗ.

ಇವರಿಗೆ
ವ್ಯವಸ್ಥಾಪಕರು
ಸಾಹಿತ್ಯ ಭಂಡಾರ,
ಬಳೇಪೇಟೆ ಕ್ರಾಸ್,
ಬೆಂಗಳೂರು-560 053

ಇವರಿಂದ
ಕೃ. ನಾರಾಯಣರಾವ್
ಪತ್ರಿಕೋದ್ಯಮಿ
354, 4ನೇ ತಿರುವು
ಸರಸ್ವತಿನಗರ
ಬೆಂಗಳೂರು-560 040
ತಾರೀಖು : 7-8-2018

ವಿಷಯ : ಅ.ನ.ಕೃ. ಅವರ 'ಕಣ್ಣೀರು' ಕಾದಂಬರಿಯನ್ನು ತರಿಸಿಕೊಳ್ಳುವ ಬಗ್ಗೆ.

ಮಾನ್ಯರೇ,

ತಮ್ಮ ಭಂಡಾರವು ಪ್ರಮುಖ, ಪ್ರಸಿದ್ಧ, ಪ್ರತಿಭಾನ್ವಿತ ಕಾದಂಬರಿಕಾರರ ಕಾದಂಬರಿಗಳ ಸಂಗ್ರಹವನ್ನು ಹೊಂದಿರುವುದಾಗಿ ಕೇಳಿದ್ದೇನೆ. ನನ್ನಲ್ಲಿ ಅನಕೃ ಅವರು ಬರೆದಿರುವ ಕಾದಂಬರಿಗಳೆಲ್ಲವೂ ಇವೆ. ''ಕಣ್ಣೀರು'' ಎಂಬ ಅವರ ಕಾದಂಬರಿಯ ಪ್ರತಿಯೊಂದು ಮಾತ್ರ ಇಲ್ಲ.

ಅದನ್ನು ಅಂಚೆಯಲ್ಲಿ ವಿ.ಪಿ.ಪಿ. ಮೂಲಕ ಕಳುಹಿಸಿಕೊಟ್ಟರೆ, ಪುಸ್ತಕ ಬಂದ ತಕ್ಷಣ ಹಣ ಕೊಟ್ಟು ಅದನ್ನು ಬಿಡಿಸಿಕೊಳ್ಳುತ್ತೇನೆ.

ಪುಸ್ತಕದ ನಿರೀಕ್ಷಣೆಯಲ್ಲಿರುವ

ತಮ್ಮ ವಿಶ್ವಾಸಿ
(ರುಜು)
ಕೃ. ನಾರಾಯಣರಾವ್

ನಮೂನೆ-24 : ಕಾದಂಬರಿಯನ್ನು ಪ್ರಕಟಿಸಲು ಪ್ರಕಾಶಕರಿಗೆ ಪತ್ರ.

ಇವರಿಗೆ   ಇವರಿಂದ

ಪ್ರಕಾಶಕರು   ಕೆ.ಎಸ್. ಪ್ರಭಾಮಣಿ
957, ನಿರ್ಮಲ ಪ್ರಕಾಶನ   45, 15ನೆಯ ಮುಖ್ಯರಸ್ತೆ
"ಸಂತೋಷ ಸಾಗರ"   ವಿಜಯನಗರ
ಗೋವಿನಪುರ,   ಬೆಂಗಳೂರು-560 040
ತಿಪಟೂರು 577102   ತಾರೀಖು : 8-3-2018

ಸಹೃದಯರೇ,

ಈಗಾಗಲೇ ನನ್ನ ನಾಲ್ಕೈದು ಕಾದಂಬರಿಗಳು ಸುಪ್ರಸಿದ್ಧ ವಾರಪತ್ರಿಕೆ, ಮಾಸಪತ್ರಿಕೆಗಳಲ್ಲಿ ಪ್ರಕಟವಾಗಿದ್ದು, ಅವುಗಳಲ್ಲಿ ಒಂದೆರಡು ಪುಸ್ತಕ ರೂಪದಲ್ಲಿಯೂ ವಿವಿಧ ಪ್ರಕಾಶನಗಳಿಂದ ಹೊರಬಂದಿದೆ.

ತಾವು ಕರ್ನಾಟಕದಲ್ಲಿಯೇ ಪ್ರಸಿದ್ಧ ಪ್ರಕಾಶಕರೆನಿಸಿದ್ದು, ತಮ್ಮ ಪ್ರಕಾಶನದ ಮೂಲಕ ನನ್ನದೊಂದು ಕಾದಂಬರಿಯನ್ನು ಹೊರತರುವ ಹೆಬ್ಬಯಕೆ ನನಗೆ ತುಂಬಾ ಕಾಲದಿಂದಲೂ ಇದೆ. ತಮಗೆ ನನ್ನ ಕಾದಂಬರಿಯನ್ನು ಪ್ರಕಟಗೊಳಿಸುವ ಅಪೇಕ್ಷೆ ಇದ್ದರೆ, ತಮ್ಮ ವ್ಯವಹಾರ ನಿಯಮಗಳು ಹಾಗೂ ಇತರ ವಿವರಗಳೊಂದಿಗೆ ಪತ್ರ ಬರೆಯುವಿರೆಂದು ಆಶಿಸುವ,

                                        ತಮ್ಮ ವಿಶ್ವಾಸಿನಿ

                                        (ರುಜು)
                                        ಕೆ.ಎಸ್. ಪ್ರಭಾಮಣಿ

————

3. ಸರ್ಕಾರಿ ವ್ಯವಹಾರ ಸಂಬಂಧಿತ ಪತ್ರಗಳು

Official Letters

ಸರ್ಕಾರದ ಪತ್ರ ವ್ಯವಹಾರಗಳಲ್ಲಿ ಹಲವಾರು ವರ್ಗಗಳಿವೆ. ಅವುಗಳಲ್ಲಿ ಅತಿ ಮುಖ್ಯವಾದವುಗಳು ಅಂದರೆ:

(ಅ) ಸಾಮಾನ್ಯ ಪತ್ರಗಳು (**General Letters**)

(ಆ) ವಿಚಾರಣೆಗಳು (**Enquiries**)

(ಇ) ತಿಳಿವಳಿಕೆ ಪತ್ರಗಳು (**Notice**)

ಈ) ಅಧಿಸೂನೆಗಳು (**Notification**)

ಉ) ಸುತ್ತೋಲೆಗಳು (**Memos**)

ಊ) ಸೂಚನೆಗಳು (**Memos**)

ತಿಳಿವಳಿಕೆ ಪತ್ರಗಳು, ಅಧಿಸೂಚನೆಗಳು, ಸುತ್ತೋಲೆಗಳು ಹಾಗೂ ಸೂಚನೆಗಳು- ಇವನ್ನು ಸಾಮಾನ್ಯವಾಗಿ ರಾಜ್ಯ ಸರ್ಕಾರದ ಪರವಾಗಿ ಸರ್ಕಾರದ ಮುಖ್ಯ ಕಾರ್ಯದರ್ಶಿಗಳೇ ಹೊರಡಿಸುವರು. ಸರ್ಕಾರದ ಎಲ್ಲಾ ಕಛೇರಿಗಳಿಗೂ ತಲುಪಬೇಕಾದ ಇಂತಹ ಪತ್ರಗಳೆಲ್ಲವೂ ಒಂದೇ ಮಾದರಿಯದಾಗಿರುತ್ತದೆ. ಕಳುಹಿಸಬೇಕಾದ ವಿಳಾಸದಲ್ಲಿ ಮಾತ್ರ ಬದಲಾವಣೆ ಇರುತ್ತದೆ.

ಸರ್ಕಾರದ ವಾರ್ಷಿಕ ವಿಶೇಷ ರಜಾ ದಿನಗಳನ್ನು ಮೊದಲೇ ನಿರ್ಧರಿಸಲ್ಪಟ್ಟಿರುತ್ತದೆ. ಆದರೆ ವಿಶೇಷ ಪರಿಸ್ಥಿತಿಯ ವಿಶೇಷ ಹಬ್ಬಗಳು, ರಾಷ್ಟ್ರೀಯ ನಾಯಕರ, ಗೌರವಾನ್ವಿತ ವ್ಯಕ್ತಿಗಳ ಮರಣ ಇಂತಹ ಸಂದರ್ಭಗಳಲ್ಲಿ ವಿಶೇಷ ರಜೆಗಳನ್ನು ಸರ್ಕಾರದ ವತಿಯಿಂದ ಘೋಷಿಸಲಾಗುವುದು. ಅಂತಹ ಸಮಯದಲ್ಲಿ ಸರ್ಕಾರಿ ಪತ್ರಿಕೆಗಳ ಮೂಲಕ ಪ್ರಕಟಿಸುವುದಲ್ಲದೆ (**Gezette** ಇತ್ಯಾದಿ) ಎಲ್ಲಾ ಇಲಾಖೆಗಳ ಮುಖ್ಯಸ್ಥರಿಗೆ ಹಾಗೂ ಅವರ ಮೂಲಕ ಇತರ ಕಛೇರಿಗಳಿಗೆ ಸೂಚನೆಗಳನ್ನು (**Memos**) ಕಳುಹಿಸಲಾಗುವುದು. ಈ ಎಲ್ಲಾ ಸಂದರ್ಭಗಳಲ್ಲಿಯೂ ಸಂಬಂಧಿತ ಪ್ರಮುಖಾಧಿಕಾರಿಗಳ ದೃಢೀಕರಣ ಸಹಿ ಅತ್ಯಗತ್ಯ.

ಸಂವಿಧಾನ ಹಾಗೂ ಅದಕ್ಕೆ ಸಂಬಂಧಿಸಿದ ಅಧಿಸೂಚನೆಗಳನ್ನು ರಾಜ್ಯಪಾಲರ ಪರವಾಗಿ ಮುಖ್ಯಕಾರ್ಯದರ್ಶಿಗಳು ಹೊರಡಿಸುವರು.

(ಅ) ಸಾಮಾನ್ಯ ಪತ್ರ (GL.)

ನಮೂನೆ-1 :

ಪ್ರಕಟಣೆ

ಕರ್ನಾಟಕ ಸರ್ಕಾರ
ನಿರ್ದೇಶಕರು
ಸಾರ್ವಜನಿಕ ಗ್ರಂಥಾಲಯ ಇಲಾಖೆ ಭವನ
ಅಂಬೇಡ್ಕರ್ ಬೀದಿ, ಬೆಂಗಳೂರು-1

ಸಾ.ಪು.ಇ.ಸ. ಪು.ಖ. 48-49 ತಾರೀಖು : 3-3-2018

ವಿಷಯ : 2017-18ನೆಯ ಕೊನೆಯ ಸಾಲಿನ ಸಗಟು ಪುಸ್ತಕಗಳನ್ನು ಖರೀದಿಸುವುದಕ್ಕಾಗಿ.

ಕರ್ನಾಟಕ ಸರ್ಕಾರದ ಪರವಾಗಿ ಸಾರ್ವಜನಿಕ ಗ್ರಂಥಾಲಯ ಇಲಾಖೆಯು ಸಾರ್ವಜನಿಕ ಗ್ರಂಥಾಲಯಗಳಿಗೆ ಪುಸ್ತಕಗಳನ್ನು ಒದಗಿಸುವ ಉದ್ದೇಶದಿಂದ 2017ನೆಯ ಸಾಲಿನಲ್ಲಿ ಡಿಸೆಂಬರ್ ಮಾಸಾಂತ್ಯದವರೆಗೆ ಪ್ರಕಟಗೊಂಡ ಉಪಯುಕ್ತ ಪುಸ್ತಕಗಳನ್ನು ಪ್ರಕಾಶಕರು ಹಾಗೂ ಲೇಖಕರಿಂದ ಕೊಳ್ಳಲು ಅರ್ಜಿಯನ್ನು ಆಹ್ವಾನಿಸಿದೆ. ಜನಪದ ಸಾಹಿತ್ಯದ ವಿನಃ ಪುಸ್ತಕಗಳು ಸಾಹಿತ್ಯ ಹಾಗೂ ಸಾಹಿತ್ಯೇತರ ಯಾವುದೇ ಪ್ರಕಾರದವುಗಳಾಗಿರಬಹುದು. ಆದರೆ ಪುಸ್ತಕಗಳು 2017ನೆಯ ಸಾಲಿನಲ್ಲಿ ಪ್ರಥಮ ಬಾರಿಗೆ ಪ್ರಕಟವಾಗಿರಬೇಕು.

ಪ್ರಕಾಶಕರು-ಯಾ-ಲೇಖಕರು ತಮ್ಮ ಪುಸ್ತಕಗಳನ್ನು ಸಾರ್ವಜನಿಕ ಗ್ರಂಥಾಲಯ ಇಲಾಖೆಯಲ್ಲಿ ನೊಂದಾಯಿಸಿದ ದೃಢೀಕರಣ ಪತ್ರ ಹಾಗೂ ಪ್ರತಿ ಪುಸ್ತಕದ ದ್ವಿಪ್ರತಿಯೊಂದಿಗೆ ಅರ್ಜಿಯನ್ನು ನಿರ್ದೇಶಕರು, ಸಾರ್ವಜನಿಕ ಗ್ರಂಥಾಲಯ ಇಲಾಖೆ................ ಭವನ, ಅಂಬೇಡ್ಕರ್ ಬೀದಿ, ಬೆಂಗಳೂರು ಅವರಿಗೆ 3-6-2018ರ ಸಂಜೆಯೊಳಗಾಗಿ ತಲುಪಿಸತಕ್ಕದ್ದು.

(ಸಹಿ) x x x
(ಮೊಹರು)

(ಆ) ವಿಚಾರಣಾ ಪತ್ರ

ನಮೂನೆ-2ಎ :

ಇವರಿಗೆ
ಮುಖ್ಯ ರಿಜಿಸ್ಟ್ರಾರ್ ಕಛೇರಿ,
ಕಬ್ಬನ್‌ಪಾರ್ಕ್,
ಬೆಂಗಳೂರು,

ಇಂದ
ಸಚಿವಾಲಯ ಕಛೇರಿ
ಸಹಕಾರಿ ಸಂಘಗಳು ಮತ್ತು
ಸಮಾಜ ಕಲ್ಯಾಣ ಸಚಿವಾಲಯ
ವಿಧಾನಸೌಧ, ಬೆಂಗಳೂರು

ಸ.ಕ.- ಸ.ಸ.ಕ.ಸ. 58-59, ಎ. 25   ದಿನಾಂಕ.................

ಮಾನ್ಯರೇ,

ಬೆಂಗಳೂರು ಗ್ರಾಮಾಂತರ ಜಿಲ್ಲೆಯ ಮಾಗಡಿ ತಾಲ್ಲೂಕಿನ ಮಲ್ಲನಹಳ್ಳಿಯಲ್ಲಿರುವ ಗ್ರಾಮೀಣ ಅಭಿವೃದ್ಧಿ ಸಹಕಾರಿ ಸಂಘದ ಕಾರ್ಯದರ್ಶಿಗಳು ಸಾರ್ವಜನಿಕರಿಂದ ವಸೂಲಾದ ಷೇರು ಹಣ ಹಾಗೂ ಸರ್ಕಾರದ ಅನುದಾನದ ಹಣವನ್ನು ದುರುಪಯೋಗಪಡಿಸಿಕೊಂಡ ಬಗ್ಗೆ ಹಲವಾರು ದೂರುಗಳು ಬಂದಿದ್ದು, ತಾವು ಸಂಬಂಧಪಟ್ಟ ಅಧಿಕಾರಿಗಳಿಂದ ಈ ಸಂಘದ ಲೆಕ್ಕಪತ್ರಗಳ ತಪಾಸಣೆಯನ್ನು ನಡೆಸಿ, ಕೈಕೊಂಡ ಕ್ರಮದ ಬಗ್ಗೆ ವರದಿ ಮಾಡುವುದು.

(ಸಹಿ)
ಕಾರ್ಯದರ್ಶಿಗಳು
ಸಚಿವಾಲಯ ಕಛೇರಿ
ಬೆಂಗಳೂರು

ನಮೂನೆ-2ಬಿ : ಮೇಲ್ಕಂಡ ಪತ್ರಕ್ಕೆ ವಿಚಾರಣೆಯ ನಂತರ ಉತ್ತರ.

ಇವರಿಗೆ	ಇಂದ
ಮುಖ್ಯ ಕಾರ್ಯದರ್ಶಿ	ಮುಖ್ಯ ರಿಜಿಸ್ಟ್ರಾರ್,
ಸಚಿವಾಲಯ ಕಛೇರಿ,	ರಿಜಿಸ್ಟ್ರಾರ್ ಅವರ ಕಛೇರಿ,
ಸಹಕಾರ ಸಂಘಗಳು ಮತ್ತು	ಕಬ್ಬನ್‌ಪಾರ್ಕ್
ಸಮಾಜ ಕಲ್ಯಾಣ ಸಚಿವಾಲಯ	ಬೆಂಗಳೂರು
ವಿಧಾನಸೌಧ, ಬೆಂಗಳೂರು	ತಾ॥....................

ಮಾನ್ಯರೇ,

ಸಂಬಂಧಿತ ಪತ್ರ : ಸಂಖ್ಯೆ ಸ.ಸ.ಕ.ಸ. 58-59ಎ, ಎ 25/
ದಿನಾಂಕ......................

ತಮ್ಮ ಆದೇಶದಂತೆ ಗ್ರಾಮೀಣ ಅಭಿವೃದ್ಧಿ ಸಹಕಾರಿ ಸಂಘದ ಅಧಿಕಾರಿಯಿಂದ ಲೆಕ್ಕಪತ್ರಗಳನ್ನು ತರಿಸಿಕೊಂಡು, ತಪಾಸಣೆ ನಡೆಸಿದ ನಂತರ, ತತ್ಸಂಬಂಧಿತ ವಿವರಗಳ ಪತ್ರಗಳ ಫೈಲ್ ಅನ್ನು ಈ ನನ್ನ ಅಭಿಪ್ರಾಯದ ಪತ್ರದೊಂದಿಗೆ ಪರಾಂಬರಿಕೆಯ ಬಗ್ಗೆ ರವಾನಿಸುತ್ತಿದ್ದೇವೆ.

ಈ ತಪಾಸಣೆಯಿಂದಾಗಿ ತಮಗೆ ಬಂದ ದೂರು ನಿರಾಧಾರವಾದುದೆಂದೂ, ಸಂಘದ ವಹಿವಾಟು ಹಾಗೂ ಕಾರ್ಯಚಟುವಟಿಕೆಗಳು ಸಮರ್ಪಕವಾಗಿ ನಡೆಯುತ್ತಿದ್ದು, ಇದನ್ನು ಸಹಿಸದ ಸ್ವಾರ್ಥ ಹಾಗೂ ಸಮಾಜ ವಿರೋಧಿ ಶಕ್ತಿಗಳು ರಾಜಕೀಯ ಹುನ್ನಾರದ ಮೂಲಕ ಈ ಸಂಘವನ್ನು ತಮ್ಮ ವಶಕ್ಕೆ ತೆಗೆದುಕೊಂಡು, ಸಂಘವನ್ನು ನಾಶಗೊಳಿಸುವ ವಿಫಲ ಯತ್ನದಲ್ಲಿ ಮುಂದುವರಿಯುತ್ತಿರುವುದಾಗಿ, ಲೆಕ್ಕಪತ್ರಗಳ ತನಿಖೆ ಹಾಗೂ ಜನಾಭಿಪ್ರಾಯದಿಂದ ತಿಳಿದುಬಂದಿದೆ. ಉಳಿದ ಕ್ರಮ ಕೈಗೊಳ್ಳುವುದನ್ನು ತಮ್ಮ ಅಭಿಪ್ರಾಯಕ್ಕೇ ಬಿಡಲಾಗಿದೆ.

ಇಂತಿ ತಮ್ಮ ವಿಶ್ವಾಸಿ
(ಸಹಿ) X X X
ಮುಖ್ಯ ರಿಜಿಸ್ಟ್ರಾರ್
(ಮೊಹರು)

(ಇ) ತಿಳಿವಳಿಕೆ ಪತ್ರ

ನಮೂನೆ-3 :

ಸಾರ್ವಜನಿಕರ ತಿಳಿವಳಿಕೆಗಾಗಿ

ನಿರ್ದೇಶಕರು

ಸಾರ್ವಜನಿಕ ಗ್ರಂಥಾಲಯ ಇಲಾಖೆ

....

ಬೆಂಗಳೂರು

ತಾ॥...............

ಸಾಮಾನ್ಯವಾಗಿ ಸರ್ಕಾರಿ ಪತ್ರಗಳೆಂದರೆ (ಕರ್ನಾಟಕದಲ್ಲಿ) ಕರ್ನಾಟಕ ಸರ್ಕಾರದ ಪತ್ರಗಳು ಎಂದೇ ಅರ್ಥ. ಆದ್ದರಿಂದ ಸರ್ಕಾರಿ ಆದೇಶ, ಸಂದೇಶ, ಅಧಿಸೂಚನೆ ಅಥವಾ ಯಾವುದೇ ಪತ್ರಗಳಿರಲಿ, ಪತ್ರದ ಮೇಲಲ್ಲದೆ ಮಧ್ಯದಲ್ಲಿ "ಕರ್ನಾಟಕ ಸರ್ಕಾರ" ಎಂದಿರುತ್ತದೆ. ಅಧಿಕೃತ ಲೆಟರ್ ಹೆಡ್‍ಗಳಲ್ಲಾದರೆ ಕರ್ನಾಟಕ ಸರ್ಕಾರ ಎಂದೇ ಮುದ್ರಿಸಿ, ನಂತರ ಇಲಾಖೆಯ ಹೆಸರನ್ನು ಮುದ್ರಿಸಿರಲೂಬಹುದು. ಉದಾಹರಣೆಗೆ:

ಕರ್ನಾಟಕ ಸರ್ಕಾರ

ಮುಖ್ಯ ಅಭಿಯಂತರರು

ಕರ್ನಾಟಕ ಗೃಹ ನಿರ್ಮಾಣ ಮಂಡಲಿ

ಕಾವೇರಿ ಭವನ, ಬೆಂಗಳೂರು

(ಈ) ಅಧಿಸೂಚನೆ (Notification)

ನಮೂನೆ-4ಎ :

ಕರ್ನಾಟಕ ಸರ್ಕಾರ

ಕರ್ನಾಟಕ ರಾಜ್ಯಪಾಲರು
ರಾಜಭವನ, ಬೆಂಗಳೂರು
ತಾ|| 5-3-2018

ಅಧಿಸೂಚನೆ

ಬೆಂಗಳೂರಿನ ಮಲ್ಲೇಶ್ವರಂನಲ್ಲಿ ವಾಸವಾಗಿದ್ದ ವಿಶ್ವ ಶ್ರೇಷ್ಠ ಚಿತ್ರ ಕಲಾವಿದ........... ಹೆಗಡೆ ಅವರ ಮರಣಾನಂತರ ವಾರಸುದಾರರಲ್ಲದ ಕೆಲವರು ಅವರ ಶ್ರೇಷ್ಠಮಟ್ಟದ ಕಲಾಕೃತಿಗಳನ್ನು ದುರುಪಯೋಗಪಡಿಸಿಕೊಳ್ಳುತ್ತಿದ್ದುದು ತಿಳಿದುಬಂದಿದ್ದು, ಸದರಿ ಹೆಗಡೆ ಅವರಿಗೆ ಸಂಬಂಧಿಸಿದ ಎಲ್ಲಾ ಕಲಾಕೃತಿಗಳು, ಅಮೂಲ್ಯ ವಸ್ತುಗಳನ್ನು, ಆಸ್ತಿಪಾಸ್ತಿಕಗಳನ್ನು ಕರ್ನಾಟಕ ಸರ್ಕಾರ ತನ್ನ ವಶಕ್ಕೆ ತೆಗೆದುಕೊಂಡು, ಸದರಿ ಅವರ ಮನೆಯನ್ನು ಅವರ ನೆನಪಿನ ವಸ್ತು ಸಂಗ್ರಹಾಲಯ (ಮ್ಯೂಸಿಯಂ)ವನ್ನಾಗಿ ಪರಿವರ್ತಿಸಬೇಕೆಂದು ರಾಜ್ಯಪಾಲರ ಅಧಿಸೂಚನೆಯಲ್ಲಿ ತಿಳಿಸಲಾಗಿದೆ.

ರಾಜ್ಯಪಾಲರ ಪರವಾಗಿ
....
ಕರ್ನಾಟಕ ಸರ್ಕಾರ

ನಮೂನೆ-4ಬಿ :

ಮುಖ್ಯಮಂತ್ರಿ ಅವರ ಸಚಿವಾಲಯ
ವಿಧಾನಸೌಧ, ಬೆಂಗಳೂರು

ತಾ||....................

ಮು.ಮಂ.ಸ 95/96 ದಿನಾಂಕ......................

ಕನ್ನಡ ಮತ್ತು ಕನ್ನಡ ಭಾಷೆಯ ಅಭಿವೃದ್ಧಿಯ ದೃಷ್ಟಿಯಿಂದ, ಸರ್ಕಾರ ಮತ್ತು ಸಾರ್ವಜನಿಕ ವಲಯದಲ್ಲಿ ಎಲ್ಲ ಹಂತದಲ್ಲಿಯೂ ಕನ್ನಡವನ್ನು ಕಡ್ಡಾಯವಾಗಿ ಬಳಸುವಂತೆ ಮಾಡಲು ಮತ್ತು ಈ ಆಜ್ಞೆ ಜಾರಿಗೊಂಡಿದೆಯೋ, ಇಲ್ಲವೋ ಎಂದು ಕಣ್ಣಾವಲಿರಿಸಿ, ಕಾಲ ಕಾಲಕ್ಕೆ ಸರ್ಕಾರಕ್ಕೆ ಸೂಚನೆ ಕೊಡಲು ''ಕನ್ನಡ ನೀತಿ ನಿರ್ಧಾರ ಮಂಡಲಿ'' ಎಂಬ ಸಮಿತಿಯನ್ನು ನಿಯಮಿಸಿ, ಅದಕ್ಕೆ ಸಂವಿಧಾನಾತ್ಮಕ ಅಧಿಕಾರ ನೀಡಲಾಗಿದೆ. ಸಮಿತಿ ಅಧ್ಯಕ್ಷರಲ್ಲದೆ ಉಪಾಧ್ಯಕ್ಷರು, ಕಾರ್ಯದರ್ಶಿ ಹಾಗೂ ಎಂಟು ಮಂದಿ ಸರ್ಕಾರೇತರ ಸದಸ್ಯರು ಈ ಮಂಡಲಿಯಲ್ಲಿ ಇರುತ್ತಾರೆ. ಅಧ್ಯಕ್ಷರಿಗೆ ಕ್ಯಾಬಿನೆಟ್ ದರ್ಜೆ ಮಂತ್ರಿಗಳಿಗಿರುವ ಸವಲತ್ತುಗಳನ್ನು ನೀಡಲಾಗುತ್ತದೆ ಹಾಗೂ ಉಪಾಧ್ಯಕ್ಷರಿಗೆ ರಾಜ್ಯ ಸಚಿವರಿಗಿರುವ ಸವಲತ್ತುಗಳನ್ನು ನೀಡಲಾಗುತ್ತದೆ. ಅಧ್ಯಕ್ಷ, ಉಪಾಧ್ಯಕ್ಷ, ಕಾರ್ಯದರ್ಶಿ ಹಾಗೂ ಸದಸ್ಯರುಗಳ ನೇಮಕಾತಿ ಆಜ್ಞೆಯನ್ನು ಸರ್ಕಾರ ಸದ್ಯದಲ್ಲೇ ಹೊರಡಿಸಲಿದ್ದು, ಸರ್ಕಾರಿ ಅಧಿಕಾರಿಗಳು, ಸಾರ್ವಜನಿಕ ಸಂಘ ಸಂಸ್ಥೆಗಳು, ಜನಸಾಮಾನ್ಯರು ಈ ಸಮಿತಿಯ ಕಾರ್ಯಕಲಾಪಗಳಿಗೆ ಸಹಕಾರ ನೀಡಬೇಕೆಂದು ಮುಖ್ಯಮಂತ್ರಿಗಳ ಸಚಿವಾಲಯ ಮನವಿ ಮಾಡಿದೆ.

(ಸಹಿ) X X X
ಮುಖ್ಯ ಕಾರ್ಯದರ್ಶಿ
ಮು.ಮಂ. ಸಚಿವಾಲಯ
ವಿಧಾನಸೌಧ, ಬೆಂಗಳೂರು

(ಉ) ಸುತ್ತೋಲೆ (Circular)

ನಮೂನೆ-5 :

(1)

ಪ್ರಿ. ಕೈ. ಬ. ಮಂ., 95/96

ಅಧ್ಯಕ್ಷರು
ಪ್ರಿಯದರ್ಶಿನಿ ಕೈಮಗ್ಗದ ಬಟ್ಟೆಗಳ ಮಹಾಮಂಡಳಿ
ಕರ್ನಾಟಕ ಸರ್ಕಾರದ ಒಂದು ಉದ್ಯಮ
ಬೆಂಗಳೂರು

ದಿನಾಂಕ..................

ಬರುವ ಯುಗಾದಿ ಹಬ್ಬದ ಪ್ರಯುಕ್ತ ಕರ್ನಾಟಕ ಹಾಗೂ ಹೊರ ರಾಜ್ಯದ ಎಲ್ಲಾ ಪ್ರಿಯದರ್ಶಿನಿ ಮಾರಾಟ ಮಳಿಗೆಯಲ್ಲಿ ಮಾರಾಟವಾಗುವ ಕೈಮಗ್ಗದ ಹತ್ತಿ ರೇಷ್ಮೆ ಹಾಗೂ ಪಾಲಿಸ್ಟರ್ ಬಟ್ಟೆಗಳ ಮೇಲೆ ಸಂಸ್ಥೆಯ ವತಿಯಿಂದ ಶೇಕಡ 20 (20%)ರಂತೆ ಮತ್ತು ಸರ್ಕಾರದ ವತಿಯಿಂದ ಶೇಕಡ 10 (10%)ರ ದರದಲ್ಲಿ ಸಾರ್ವಜನಿಕರಿಗೆ ಮಾರಾಟ ಮಾಡಲು ಸೂಚಿಸಲಾಗಿದೆ. ಈ ಪ್ರಯುಕ್ತ ಸಾರ್ವಜನಿಕರಿಗೆ ಯೋಗ್ಯ ರೀತಿಯಲ್ಲಿ ಪ್ರಚಾರ ಮಾಡುವ ಹಾಗೂ ಮಾರಾಟ ಪ್ರಮಾಣ ಹೆಚ್ಚಿಸಲು, ಪ್ರತಿ ಮಾರಾಟ ಮಳಿಗೆಯ ಮುಖ್ಯ ನಿರ್ವಾಹಕರು ಜವಾಬ್ದಾರಿ ತೆಗೆದುಕೊಳ್ಳಲು ಈ ಮೂಲಕ ಸೂಚಿಸಲಾಗಿದೆ.

(ಸಹಿ)
ಪ್ರಿಯದರ್ಶಿನಿ ಕೈಮಗ್ಗ ಬಟ್ಟೆಗಳ
ಮಹಾಮಂಡಲಿ
ಬೆಂಗಳೂರು

ಒಳ ವಿಳಾಸ :

ಎಲ್ಲಾ ಪ್ರಿಯದರ್ಶಿನಿ ಮಾರಾಟ ಮಳಿಗೆಗಳು

(2)

ಶಿಕ್ಷಣಾಧಿಕಾರಿಗಳ ಕಛೇರಿ
ಕೆ.ಆರ್. ಸರ್ಕಲ್
ನೃಪತುಂಗ ರಸ್ತೆ
ಬೆಂಗಳೂರು-2

ಶಿ. ಏ. ಕ., 95/96 ತಾ॥12-6-2018

ವಿಷಯ : ಶಾಲಾ ಗ್ರಂಥಾಲಯಗಳಿಗೆ ಪುಸ್ತಕ ಕೊಳ್ಳುವ ಬಗ್ಗೆ ಸೂಚನೆ.

ಶ್ರೀ ಸೃಷ್ಟಿ ಪಬ್ಲಿಕೇಷನ್ಸ್ ಅವರು ಪ್ರಕಟಿಸಿರುವ ಕೃ. ನಾರಾಯಣರಾವ್ ಅವರು ಬರೆದಿರುವ ''ಮಕ್ಕಳ ನೀತಿ ಕಥೆಗಳು'' ಎಂಬ ಪುಸ್ತಕವು ಪ್ರೈಮರಿ ಶಾಲೆಯ 4, 5, 6ನೆಯ ತರಗತಿಯ ವಿದ್ಯಾರ್ಥಿಗಳ ನೈತಿಕ ವಿಜ್ಞಾನ (Moral Science) ತರಗತಿಗೆ ಬೋಧಿಸಲು ಅತ್ಯುತ್ತಮವಾಗಿದ್ದು, ಕರ್ನಾಟಕದ ಪ್ರತಿ ಪ್ರಾಥಮಿಕ ಶಾಲೆಗಳೂ ಸದರಿ ಪುಸ್ತಕವನ್ನು ತಮಗೆ ಅವಶ್ಯಕವಿದ್ದಷ್ಟು ಕೊಳ್ಳಬಹುದು. ಅವಕ್ಕೆ ತಗಲುವ ಹಣವನ್ನು ವಾಚನಾಲಯಕ್ಕಾಗಿ ಮೀಸಲಾಗಿರಿಸಿರುವ ಹಣದಿಂದ ಪಾವತಿ ಮಾಡಬಹುದೆಂದು ಈ ಮೂಲಕ ಸೂಚಿಸಲಾಗಿದೆ.

(ರುಜು) x x x
ಶಿಕ್ಷಣಾಧಿಕಾರಿಗಳು
ಮೊಹರು

ವಿಷಯ ಸೂಚನೆ:

1. ಈ ಸುತ್ತೋಲೆಯನ್ನು ಕರ್ನಾಟಕ ರಾಜ್ಯದ ಎಲ್ಲಾ ಪ್ರೈಮರಿ ಶಾಲೆಗಳಿಗೂ ಕಳುಹಿಸಬೇಕಾಗಿರುವುದರಿಂದ, ಇವರಿಗೆ ವಿಳಾಸವನ್ನು ಬದಲಾಯಿಸಬೇಕಾಗುವುದು.

(ಊ) ಸೂಚನೆಗಳು (Memos)

ನಮೂನೆ-6 :

(1)

ಮುಖ್ಯ ಕಾರ್ಯದರ್ಶಿ
ಕರ್ನಾಟಕ ಸರ್ಕಾರ, ಬೆಂಗಳೂರು
ತಾ|| 16-4-2018

ಸೂಚನೆ

ಮು.ಕಾ.ಕ.ಸ. 95/96, ದಿನಾಂಕ...................

ಬೆಂಗಳೂರು ಗ್ರಾಮಾಂತರ ಜಿಲ್ಲೆ, ಆನೇಕಲ್ ತಾಲ್ಲೂಕು, ಕಂದಾಯ ವಿಭಾಗದಲ್ಲಿರುವ ಮರ್ಸೂರು ಗ್ರಾಮದ ಸಮೀಪದ ಸರ್ವೆ ನಂಬರ್........... ದಲ್ಲಿರುವ 18 ಎಕರೆ 20 ಗುಂಟೆ ಅರಣ್ಯ ಭೂಮಿಯನ್ನು ಅಲ್ಪಸಂಖ್ಯಾತರು ಹಾಗೂ ಹಿಂದುಳಿದ ವರ್ಗಗಳ ಅಭಿವೃದ್ಧಿ ನಿಗಮಕ್ಕೆ ಕಛೇರಿ, ಸಭಾಭವನ, ಕಲ್ಯಾಣ ಮಂದಿರ, ವಸತಿಗೃಹ ನಿರ್ಮಾಣಕ್ಕೆ ನೀಡಲಾಗಿದೆ. ಸಂಬಂಧಿಸಿದ ಸರ್ವೆ ನಂಬರ್............. ಭೂಮಿಯನ್ನು ಅರಣ್ಯ ಇಲಾಖೆ ಅಲ್ಪಸಂಖ್ಯಾತರು, ಹಿಂದುಳಿದ ವರ್ಗಗಳ ಅಭಿವೃದ್ಧಿ ನಿಗಮಕ್ಕೆ ಹಸ್ತಾಂತರಿಸಬೇಕೆಂದು ಸೂಚಿಸಲಾಗಿದೆ.

(ಸಹಿ)
ಮುಖ್ಯ ಕಾರ್ಯದರ್ಶಿ
ಕರ್ನಾಟಕ ಸರ್ಕಾರ

────

(2)

ಕರ್ನಾಟಕ ಸರ್ಕಾರ

ರಾಜ್ಯಪಾಲರು (ಕರ್ನಾಟಕ)

ರಾಜಭವನ, ಬೆಂಗಳೂರು

ತಾ|| 10-5-2018

ಸೂಚನೆ

ಕರ್ನಾಟಕ ಸರ್ಕಾರವು ಮೀಸಲು ನೀತಿಯ ವೈಜ್ಞಾನಿಕ ಪರಿಷ್ಕರಣೆಗಾಗಿ ಉನ್ನತ ಮಟ್ಟದ ಸಮಿತಿಯೊಂದನ್ನು ನೇಮಿಸಿದ್ದು, ಸಂಬಂಧಪಟ್ಟ ಸಮಿತಿಯಿಂದ ಬಂದ ವರದಿಯನ್ನು ವಿಧಾನ ಸಭೆ / ವಿಧಾನ ಪರಿಷತ್ತುಗಳೆರಡರಲ್ಲೂ ಬಹುಮತದಿಂದ ಅಂಗೀಕರಿಸಿದ್ದು, ರಾಜ್ಯಪಾಲರ ಒಪ್ಪಿಗೆಯನ್ನು ಪಡೆಯಲಾಗಿದೆ. ಆದಕಾರಣ ಇನ್ನು ಮುಂದೆ ರಾಜ್ಯದಲ್ಲಿ ನಡೆಯುವ ಸರ್ಕಾರದ ಯಾವುದೇ ಇಲಾಖೆಯ ನೇಮಕ, ಬಡ್ತಿ ಹಾಗೂ ಶಿಕ್ಷಣ ಪ್ರದೇಶಕ್ಕೆ ಈ ಮೇಲ್ಕಂಡ ಆಜ್ಞೆಯಂತೆ ಮೀಸಲಾತಿಯನ್ನು ಅನುಸರಿಸಬೇಕೆಂದು ಈ ಮೂಲಕ ಸೂಚನೆ ನೀಡಲಾಗಿದೆ.

(ಸಹಿ)

ರಾಜ್ಯಪಾಲರ ಪರವಾಗಿ

ಮುಖ್ಯ ಕಾರ್ಯದರ್ಶಿ

ಕರ್ನಾಟಕ ಸರ್ಕಾರ

ವಿಧಾನಸೌಧ, ಬೆಂಗಳೂರು

_____

4. ಕಾನೂನು ವ್ಯವಹಾರ ಪತ್ರಗಳು
(Legal Letters)

ಕಾನೂನು ವ್ಯವಹಾರ ಪತ್ರಗಳು ವೈಯಕ್ತಿಕ ಹಾಗೂ ವ್ಯವಹಾರ ಪತ್ರಗಳಿಂದ ಸಂಪೂರ್ಣವಾಗಿ ಭಿನ್ನ ಎನಿಸಿವೆ.

ಇಂದಿನ ಸಮಾಜದಲ್ಲಿ ಕಾನೂನು–ಕಟ್ಟಳೆಗಳು, ಅದನ್ನು ರಕ್ಷಿಸಲು ಸರ್ಕಾರ, ಪೊಲೀಸ್ ವ್ಯವಸ್ಥೆ ಇರುವ ಹಾಗೆ, ನಮಗೆ ಬೇರೊಬ್ಬರಿಂದ ಅನ್ಯಾಯವಾದಾಗಲೂ ಸಹ ದೂರು ನೀಡಲು, ಪರಿಹಾರ ಪಡೆಯಲು ನ್ಯಾಯಾಲಯದ ವ್ಯವಸ್ಥೆ ಬೇಕು. ಆಗ ಅಲ್ಲಿನ ಅಧಿಕಾರಿಗಳಿಗೆ ಪತ್ರ ಬರೆಯುವ ವಿಧಾನವನ್ನೂ ನಾವು ಅರಿತಿರಬೇಕು. ಇದಕ್ಕಾಗಿ ನಾವು ವಕೀಲರನ್ನು ನಮ್ಮ ಪರ ವಾದಿಸಲು ವಕೀಲಿ ಶುಲ್ಕ ಕೊಟ್ಟು ನಿಯಮಿಸಬಹುದು. ಆದರೆ ಶ್ರೀ ಸಾಮಾನ್ಯನು ಹಣದ ಅಭಾವದಿಂದ ನ್ಯಾಯಾಲಯದ ಮೆಟ್ಟಿಲು ಮುಟ್ಟುವ ಮಾತಂತಿರಲಿ, ವಕೀಲರ ಕಛೇರಿಯನ್ನು ಪ್ರವೇಶಿಸಲೂ ಅಸಮರ್ಥನಿರುತ್ತಾನೆ. ಇಂತಹ ಸಮಯದಲ್ಲಿ ಕಾನೂನು ಕಟ್ಟಳೆಯ ರೀತ್ಯ ಪತ್ರಗಳನ್ನು ಬರೆಯುವುದನ್ನು ತಿಳಿದಿರುವುದು ಅನಿವಾರ್ಯ. ಆಗ ಸ್ವತಃ ಮುಂದುವರಿಯಲೂ ಸಹ ಸುಲಭದ ಮಾರ್ಗ ಆಗುವುದು.

ಅದರಲ್ಲೂ ವ್ಯಾಪಾರಿಗಳು, ಗೃಹಬಳಕೆಯ ವಸ್ತು ತಯಾರಿಕೆ ಸಂಸ್ಥೆಗಳು, ಕಲಬೆರಕೆಯ ಆಹಾರ ವಸ್ತುಗಳನ್ನು ಮಾರಿ, ಕಪ್ಪು ಹಣ ಸಂಪಾದಿಸುವವರ ವಿರುದ್ಧವೂ ಸಮರ ನಡೆಸಲು ಕಾನೂನು ವ್ಯವಹಾರ ಪತ್ರಗಳ ಪರಿಚಯ ಪಡೆಯುವುದು ಇಂದಿನ ನಾಗರೀಕ ಹಾಗೂ ವೈಜ್ಞಾನಿಕ ಯುಗದಲ್ಲಿ ಅತ್ಯಗತ್ಯ ಎನಿಸಿದೆ.

ಈ ಕೆಳಗೆ ಅಂತಹ ಸಂದರ್ಭಗಳಲ್ಲಿ ಅನುಕೂಲ ಆಗುವಂತಹ ಹಲವು ನಮೂನೆಯ ಪತ್ರಗಳನ್ನು ನೀಡಲಾಗಿದೆ.

ನಮೂನೆ-1:

ಇವರಿಗೆ
ಅಧ್ಯಕ್ಷರು
ಬಳಕೆದಾರರ ವೇದಿಕೆ,
ಮಲ್ಲೇಶ್ವರಂ,
ಬೆಂಗಳೂರು-560 003

ಇವರಿಂದ
ವೆಂಕಟರಾಮಯ್ಯ
ತೇರಿನ ಬೀದಿ
ದೇವನಹಳ್ಳಿ
ಬೆಂಗಳೂರು ಗ್ರಾಮಾಂತರ ಜಿಲ್ಲೆ

ತಾ||.....................

ಮಾನ್ಯರೇ,

ನಾನು ಕೇವಲ ಒಂದು ತಿಂಗಳ ಹಿಂದೆ ಬೆಂಗಳೂರು ನಗರದ, ಮಲ್ಲೇಶ್ವರಂನಲ್ಲಿ ಸಂಪಿಗೆ ರಸ್ತೆಯಲ್ಲಿರುವ ಶ್ರೀ ಜಗದಾಂಬಾ ಎಲೆಕ್ಟ್ರಿಕಲ್ಸ್‌ನಲ್ಲಿ ಕಂಪನಿಯ ಒಂದು ಮಿಕ್ಸರ್ ಅನ್ನು ಕೊಂಡು ತಂದಿರುವುದಕ್ಕೆ ಒಂದು ವರ್ಷದ ಗ್ಯಾರಂಟಿಯನ್ನು ಕಂಪನಿಯಿಂದಲೇ ನೀಡಿದ್ದಾರೆ.

ಕೊಂಡು ತಂದು ಇನ್ನೂ ಮೂರು ತಿಂಗಳೂ ಸಹ ಮುಗಿದಿಲ್ಲ. ಮಿಕ್ಸರ್ ಕೆಟ್ಟುಹೋಗಿದೆ. ಮೇಲ್ಕಂಡ ಅಂಗಡಿಗೆ ಕೆಟ್ಟುಹೋದ ಮಿಕ್ಸರ್ ಒಂದಿಗೆ ನಾಲ್ಕೈದು ಸಲ ಹೋಗಿಬಂದರೂ, ಸರಿಯಾದ ಸಲಹೆಯಾಗಲಿ, ಉತ್ತರವಾಗಲಿ ಸಿಕ್ಕಿಲ್ಲ. ಇದಕ್ಕಾಗಿ ನನಗೆ ನೂರಾರು ರೂಪಾಯಿಗಳು, ಕೊಂಡು ತಂದ ನಂತರ ವ್ಯಯವಾಗಿದೆ.

ಇದಕ್ಕೆ ಸಂಬಂಧಿಸಿದಂತೆ, ಕೊಂಡು ತಂದ ಹಣದ ರಸೀದಿ, ಗ್ಯಾರಂಟಿ ಕಾರ್ಡ್ ಹಾಗೂ ಅಂಗಡಿಗೆ ದೇವನಹಳ್ಳಿಯಿಂದ ಬೆಂಗಳೂರಿಗೆ ಓಡಾಡಿರುವ ಬಸ್ ಛಾರ್ಜ್ ಟಿಕೆಟ್‌ಗಳನ್ನು ಲಗತ್ತಿಸಿದ್ದೇನೆ.

ದಯವಿಟ್ಟು ತಾವು ಬಡವನಾದ ನನಗೆ ನ್ಯಾಯ ದೊರಕಿಸಿಕೊಡಲು ಸವಿನಯ ಪ್ರಾರ್ಥನೆ.

ಇಂತಿ ತಮ್ಮ ವಿಶ್ವಾಸಿ
(ರುಜು) x x x

ನಮೂನೆ-2 :

ಇವರಿಗೆ
ಶ್ರೀ ಜಗದಾಂಬಾ ಎಲೆಕ್ಟ್ರಿಕಲ್ಸ್,
15, ಸಂಪಿಗೆ ರಸ್ತೆ
ಮಲ್ಲೇಶ್ವರಂ,
ಬೆಂಗಳೂರು-560 003

ಇಂದ
ಅಧ್ಯಕ್ಷರ ಕಾರ್ಯಾಲಯ
ಬಳಕೆದಾರರ ವೇದಿಕೆ
96, ಮಾರ್ಗೋಸಾ ರಸ್ತೆ
ಮಲ್ಲೇಶ್ವರಂ, ಬೆಂಗಳೂರು-3
ದಿನಾಂಕ.....................

ಮಾನ್ಯರೇ,

ಬೆಂಗಳೂರು ಗ್ರಾಮಾಂತರ ಜಿಲ್ಲೆಗೆ ಸೇರಿದ, ದೇವನಹಳ್ಳಿಯ ತೇರಿನ ಬೀದಿಯಲ್ಲಿ ವಾಸವಾಗಿರುವ ಶ್ರೀಯುತ ವೆಂಕಟರಾಮಯ್ಯ ಎಂಬುವವರಿಂದ ನಿಮ್ಮ-ವಿರುದ್ಧದ ಮೋಸದ ದೂರು ಬಂದಿದ್ದು, ಅವರು ನೀಡಿರುವ ಕಾಗದ ಪತ್ರಗಳ ದಾಖಲೆಗಳಿಂದ ನೀವು ಮೋಸಗೊಳಿಸಿರುವುದು ಸತ್ಯವೆಂದು ಖಚಿತವಾಗಿದೆ.

ಅವರ ಮನವಿಯನ್ನು ಪರಿಶೀಲಿಸಿರುವ ಬಳಕೆದಾರರ ವೇದಿಕೆ ಕೆಳಗೆ ಕಂಡಂತೆ ಆಜ್ಞೆ ಮಾಡಿದೆ.

ನಿಮ್ಮ ಮೇಲೆ ದೂರು ತಂದಿರುವ ಕಕ್ಷಿದಾರರಿಗೆ ಗ್ಯಾರಂಟಿಯ ಅವಧಿ ಮುಗಿದಿಲ್ಲವಾದ ಕಾರಣ ಅವರು ನಿಮ್ಮ ಬಳಿ ಕೊಂಡಿರುವ ಮಿಕ್ಸಿ ಈಗ ಹಾಳಾಗಿರುವುದರಿಂದ ಬೇರೆ ಕಂಪನಿಯ ಇನ್ನೊಂದು ಸುಸ್ಥಿತಿಯಲ್ಲಿರುವ ಹೊಸ ಮಿಕ್ಸಿಯನ್ನು ಕೊಡತಕ್ಕದ್ದು. ಅಲ್ಲದೆ ಕಕ್ಷಿದಾರರಿಗೆ ಅವರ ಅಲೆದಾಟಕ್ಕಾಗಿ ಆಗಿರುವ ನೂರೈವತ್ತು ರೂಪಾಯಿಗಳನ್ನು ಕೂಡಲೇ ಕೊಡತಕ್ಕದ್ದು. ಈ ಆಜ್ಞೆಯನ್ನು ತಪ್ಪಿದರೆ ಕಾನೂನಿನಂತೆ ಕ್ರಮ ಕೈಗೊಳ್ಳಲಾಗುವುದು.

ಈ ಆಜ್ಞೆಯ ಪ್ರತಿಯೊಂದನ್ನು ಅರ್ಜಿದಾರರಿಗೂ ಕಳುಹಿಸಿ ಕೊಡಲಾಗಿದೆ.

(ಸಹಿ) x x x
ಅಧ್ಯಕ್ಷರು
ಬಳಕೆದಾರರ ವೇದಿಕೆ

ನಮೂನೆ-3: ಸಾರ್ವಜನಿಕರಿಗೆ ಬೇರೊಬ್ಬರ ಸ್ಥಿರಾಸ್ತಿಯನ್ನು ಕೊಂಡುಕೊಳ್ಳದಿರಲು ಲಾಯರ್ ನೋಟೀಸ್.

ಬಿ.ಎಲ್. ಪಾಟೀಲ್
ನ್ಯಾಯವಾದಿಗಳು, 25, 4ನೇ ಮುಖ್ಯರಸ್ತೆ
ಚಾಮರಾಜಪೇಟೆ, ಬೆಂಗಳೂರು-18
ತಾ||......................

ಬೆಂಗಳೂರು ನಗರದ 4ನೇ 'ಟಿ' ಬ್ಲಾಕ್‌ನಲ್ಲಿರುವ ಸರ್ವೆ ನಂ........... ಭೂಮಿ ಹಾಗೂ ಅದರಲ್ಲಿರುವ ಕಟ್ಟಡಗಳು ಮತ್ತು ಅದರಲ್ಲಿರವ ಸಾಮಗ್ರಿಗಳೆಲ್ಲವೂ ನನ್ನ ಕಕ್ಷಿದಾರರಾದ ವೆಂಕಟಮ್ಮ D/o ದಿವಂಗತ ನಾಗಣ್ಣ ನಾಯ್ಕ ಅವರ ಸಂಪೂರ್ಣ ಸ್ವಾಮ್ಯದಲ್ಲಿದ್ದು, ಕೆಲವು ವ್ಯಕ್ತಿಗಳು ಸದರಿ ಸ್ಥಿರಾಸ್ತಿಯನ್ನು ಮಾರುವುದಾಗಿ ಹೇಳಿ, ಕೆಲವರಿಂದ ಹಣವನ್ನು ಮುಂಗಡವಾಗಿ ವಸೂಲಿ ಮಾಡಿರುವುದು ನಮ್ಮ ಗಮನಕ್ಕೆ ಬಂದಿದೆ.

ಸಾರ್ವಜನಿಕರಿಗೆ ತಿಳಿಯಪಡಿಸುವುದೇನೆಂದರೆ ಮೇಲ್ಕಂಡ ಸರ್ವೆ ನಂ............. ಆಸ್ತಿಯ ಸಂಪೂರ್ಣ ಸ್ವಾಮ್ಯ ನನ್ನ ಕಕ್ಷಿದಾರರಾಗಿದ್ದು, ಯಾವುದೇ ಕಾರಣಕ್ಕೂ, ಯಾರಿಗೂ ಈ ಆಸ್ತಿಯನ್ನು ಮಾರಲು ಅವರು ಒಪ್ಪುವುದಿಲ್ಲ. ಆದ್ದರಿಂದ ಬೇರೆಯವರ ಜೊತೆ ಆಸ್ತಿಗೆ ಸಂಬಂಧಿಸಿದಂತೆ ವ್ಯವಹರಿಸಿದರೆ, ಸಂಭವಿಸುವ ಯಾವುದೇ ಕಷ್ಟ-ನಷ್ಟಗಳಿಗೆ ನಮ್ಮ ಕಕ್ಷಿದಾರರು ಜವಾಬ್ದಾರರಾಗಿರುವುದಿಲ್ಲ ಎಂದು ಈ ಮೂಲಕ ತಿಳಿವಳಿಕೆ ನೀಡಲಾಗಿದೆ.

(ಸಹಿ) x x x
ನ್ಯಾಯವಾದಿಗಳು

ನಮೂನೆ-4 : ಅಂಗಡಿ ಬಾಡಿಗೆ ಕೊಡದಿರುವುದಕ್ಕಾಗಿ ತಿಳಿವಳಿಕೆ ನೋಟೀಸ್.

ತಿಳಿವಳಿಕೆ ಪತ್ರ

ಇವರಿಗೆ	ಇವರಿಂದ
ಶ್ರೀ ಅನಂತಯ್ಯ ಶೆಟ್ಟಿ,	ಆರೂಢಿ ರಾಮಚಂದ್ರಯ್ಯ
ಶ್ರೀ ವಿನಾಯಕ ಮೆಡಿಕಲ್ ಸ್ಟೋರ್ಸ್,	ಮೊದಲ ದರ್ಜೆ ನ್ಯಾಯವಾದಿ
ಅಂಚೆ ಕಛೇರಿ ರಸ್ತೆ,	ದೊಡ್ಡಬಳ್ಳಾಪುರ
ದೊಡ್ಡಬಳ್ಳಾಪುರ,	ಬೆಂಗಳೂರು
ಬೆಂಗಳೂರು ಗ್ರಾಮಾಂತರ ಜಿಲ್ಲೆ	ಗ್ರಾಮಾಂತರ ಜಿಲ್ಲೆ

ದಿನಾಂಕ....................

ಮಾನ್ಯರೇ,

ತಾವು ನಮ್ಮ ಕಕ್ಷಿಗಾರರಾದ ಟಿ.ಎಸ್. ವೆಂಕಟಕೃಷ್ಣಯ್ಯ ಇವರ ಕಟ್ಟಡದಲ್ಲಿ ಅಂಗಡಿ ಇಟ್ಟುಕೊಂಡಿದ್ದು, ನಾಲ್ಕು ವರ್ಷಗಳಿಂದ ಬಾಡಿಗೆದಾರರಾಗಿದ್ದು, ಮೊದಮೊದಲು ಸರಿಯಾದ ಅವಧಿಗೆ ಬಾಡಿಗೆ ಹಣವನ್ನು ಚುಕ್ತ ಮಾಡುತ್ತಿದ್ದವರು, ಈಗ ಹದಿನೆಂಟು ತಿಂಗಳುಗಳಿಂದಲೂ ಮಾಹೆಯಾನ 500 ರೂಪಾಯಿಗಳಂತೆ (ಐದುನೂರು ರೂಪಾಯಿಗಳು) ಇದುವರೆವಿಗೂ 9,000 ರೂಪಯಿಗಳನ್ನು ಬಾಕಿ ಉಳಿಸಿಕೊಂಡು ಬಂದಿದ್ದೀರಿ.

ಈ ನೋಟೀಸ್ ಮುಟ್ಟಿದ ಏಳು ದಿನಗಳೊಳಗಾಗಿ ಬಾಡಿಗೆ ಹಣದ ಬಾಕಿ ಮೊಬಲಗನ್ನು ಚುಕ್ತ ಮಾಡದಿದ್ದರೆ, ಕಾನೂನು ರೀತ್ಯ ನಿಮ್ಮ ವಿರುದ್ಧ ಕ್ರಮ ಜರುಗಿಸಬೇಕಾಗುವುದು. ಆಗ ಬಾಕಿ ಹಣವನ್ನೇ ಅಲ್ಲದೆ ಕೋರ್ಟಿಗೆ ತಗಲುವ ಸಕಲ ಖರ್ಚುಗಳಿಗೂ ನೀವೇ ಜವಾಬ್ದಾರರಾಗಬೇಕಾಗುವುದು.

(ಸಹಿ)...............

ನ್ಯಾಯವಾದಿಗಳು

ನಮೂನೆ-5 : ಬಹಿರಂಗ ಹರಾಜು ನೋಟೀಸು

ಹೆಚ್.ಎನ್. ರಘುರಾಮ್

ನ್ಯಾಯವಾದಿ

ನೆಟಕಲ್ಲಪ್ಪ ವೃತ್ತ

ಬೆಂಗಳೂರು-19

ತಾ॥......................

ಈ ಮೂಲಕ ಸಾರ್ವಜನಿಕರಿಗೆ ತಿಳಿಯಪಡಿಸುವುದೇನೆಂದರೆ, ನಮ್ಮ ಕಕ್ಷಿದಾರರಾದ ಎನ್. ಸುಬ್ಬಯ್ಯ ಅವರಿಂದ (ಫೈನಾನ್ಸರ್) ವೆಂಕಟರಂಗಾಚಾರ್ ಅವರು ಸದರಿ ವಾಸವಾಗಿರುವ ಮನೆ (ವಿಸ್ತೀರ್ಣ........)ಯ ಮೇಲೆ ಕಳೆದ ವರ್ಷ ಎರಡೂವರೆ ಲಕ್ಷ ರೂಪಾಯಿಗಳ ಅಡವು ಸಾಲದ ಹಣ ಪಡೆದಿರುತ್ತಾರೆ. ಇದುವರೆವಿಗೂ ಹಲವಾರು ಬಾರಿ ಎಚ್ಚರಿಕೆ ಪತ್ರಗಳನ್ನು ಕಳುಹಿಸಿದ್ದರೂ ಅವರಿಂದ ಯಾವುದೇ ರೀತಿಯ ಸಮಜಾಯಿಷಿಯಾಗಲಿ, ಸಾಲ ತೀರಿಸುವ ವಿಚಾರವಾಗಲಿ ತಿಳಿದುಬಂದಿಲ್ಲ. ಸದರಿ ಸ್ವತ್ತನ್ನು ಬಹಿರಂಗ ಹರಾಜಿನಲ್ಲಿ ಮಾರುವ ಕಡೆಯ ಎಚ್ಚರಿಕೆಯ ನೋಟೀಸನ್ನು ಜಾರಿ ಮಾಡಿ ಏಳು ದಿನಗಳಾಗಿದ್ದು, ಬರುವ.................. ದಿನಾಂಕ..................ರಂದು ಸಂಜೆ 5 ಗಂಟೆಗೆ ಬಹಿರಂಗ ಹರಾಜಿನಲ್ಲಿ ಸದರಿ ಆಸ್ತಿಯನ್ನು ಮಾರಾಟಕ್ಕೆ ಇಡಲಾಗಿದೆ. ಆಸಕ್ತಿ ಇದ್ದವರು ಹರಾಜಿನಲ್ಲಿ ಭಾಗವಹಿಸಬಹುದು. ಫಿರ್ಯಾದುದಾರರು ಆ ಸಮಯದೊಳಗಾಗಿ ಪೂರ್ತಿ ಹಣವನ್ನು ಪಾವತಿ ಮಾಡಿ, ಸದರಿ ಆಸ್ತಿಯನ್ನು ತಮ್ಮದನ್ನಾಗಿ ಮಾಡಿಕೊಳ್ಳುವ ಅವಕಾಶವನ್ನು ಹೊಂದಿರುತ್ತಾರೆ.

ಇಂತಿ

(ರುಜು)..................

ನ್ಯಾಯವಾದಿ

ನಮೂನೆ-6 : ಕಾದಂಬರಿಯ ಕೃತಿಚೌರ್ಯಕ್ಕಾಗಿ ಕಾನೂನುಬದ್ಧ ನೋಟೀಸು.

ಇವರಿಗೆ
ಅರುಣ್ ಶೌರಿ,
ಕಾದಂಬರಿಕಾರರು,
18, ಸುಬೇದಾರ್ ಛತ್ರಂ ರಸ್ತೆ
ಬೆಂಗಳೂರು-560 009

ಇವರಿಂದ
ಕೆ.ಎಸ್. ರಾಧಾಕೃಷ್ಣನ್
ವಕೀಲರು
48, ಕುಂಬಿಗ್ರಲ್ ರೋಡ್
ಬೆಂಗಳೂರು-560 004

ದಿನಾಂಕ.....................

ಮಾನ್ಯರೇ,

ತಾವು ಇತ್ತೀಚೆಗೆ ಬರೆದು, ಪ್ರಕಟಿಸಿರುವ ಸಾಮಾಜಿಕ ಕಾದಂಬರಿ ''ಅತ್ತೆ-ಸೊಸೆ'' ನಮ್ಮ ಕಕ್ಷಿದಾರರಾದ ವಿ. ಪ್ರಹ್ಲಾದರಾವ್ ಅವರ ಜನಪ್ರಿಯ ಕಾದಂಬರಿ ''ಅತ್ತೆಯ ಕಿರುಕುಳ'' ಎಂಬುದರ ರೂಪಾಂತರಿತವಾಗಿದ್ದು, ಸಂಪೂರ್ಣ ಕಥೆಯನ್ನು ಕೃತಿಚೌರ್ಯ ಮಾಡಿರುವುದಕ್ಕೆ ಸ್ಪಷ್ಟ ನಿದರ್ಶನಗಳು ಸಿಕ್ಕುತ್ತಿವೆ.

ಭಾರತೀಯ ಕೃತಿಸ್ವಾಮ್ಯ ಕಾನೂನಿನ ಪ್ರಕಾರ ಇದು ದಂಡನಾರ್ಹ ಅಪರಾಧ ಆಗಿರುವುದರಿಂದ ಈ ನೋಟೀಸ್ ತಲುಪಿದ ಏಳು ದಿನಗಳೊಳಗಾಗಿ ನನ್ನನ್ನಾಗಲಿ, ನನ್ನ ಕಕ್ಷಿದಾರರನ್ನಾಗಲಿ ಸಮಕ್ಷಮ ಭೇಟಿ ಮಾಡಿ, ಪರಿಹಾರ ನೀಡದಿದ್ದಲ್ಲಿ, ನಿಮ್ಮ ವಿರುದ್ಧ ಕಾನೂನಿನಂತೆ ಕ್ರಮ ತೆಗೆದುಕೊಳ್ಳಲಾಗುವುದೆಂದು ಈ ಮೂಲಕ ತಿಳಿಯಪಡಿಸುತ್ತಿದ್ದೇವೆ.

ಇಂತಿ ತಮ್ಮ ವಿಶ್ವಾಸಿ,
(ರುಜು) ಕೆ.ಎಸ್. ರಾಧಾಕೃಷ್ಣನ್
ವಕೀಲರು
ಬೆಂಗಳೂರು

ನಮೂನೆ-7 : ನ್ಯಾಯಾಲಯಕ್ಕೆ ಮನವಿ ಪತ್ರ.

ಇವರಿಗೆ   ಇವರಿಂದ
ಮುನ್ಸಿಫ್ ಮ್ಯಾಜಿಸ್ಟ್ರೇಟರು   ರಾಮಪ್ಪ ತಂದೆ ಶಾಮಪ್ಪ,
ದೊಡ್ಡಬಳ್ಳಾಪುರ,   ಕಾಡನೂರು
ಬೆಂಗಳೂರು ಗ್ರಾಮಾಂತರ ಜಿಲ್ಲೆ   ದೊಡ್ಡಬಳ್ಳಾಪುರ ತಾಲ್ಲೂಕು,
                                                ಬೆಂಗಳೂರು ಗ್ರಾ. ಜಿಲ್ಲೆ

                                                ತಾ॥......................

ಮಾನ್ಯರೇ,

ರಾಮಪ್ಪನ ತಂದೆ ಶಾಮಪ್ಪನಾದ ನಾನು ತಮ್ಮಲ್ಲಿ ಮನವಿ ಮಾಡಿಕೊಳ್ಳುವುದೇನೆಂದರೆ, ನನ್ನ ಎರಡನೆಯ ಮಗನಾದ ಶಿವಣ್ಣ ಎಂಬುವವನನ್ನು ತಾರೀಖು 9-6-2018ರಂದು ರಾತ್ರಿ 7 ಗಂಟೆಯ ಸಮಯದಲ್ಲಿ ಕೊಲೆ ಮಾಡಿರುವನೆಂಬ ಸುಳ್ಳು ಆಪಾದನೆಯ ಮೇಲೆ ದೊಡ್ಡಬಳ್ಳಾಪರದ ಸರ್ಕಲ್ ಇನ್ಸ್ಪೆಕ್ಟರ್ ಅವರು, ಇಲ್ಲಿನ ಮುನಿಸಿಪಲ್ ಸದಸ್ಯರಾದ ಬಿ.ವಿ. ರಾಜು ಅವರ ಕಿತಾಪತಿಯ ಮಾತಿಗೆ ಮರುಳಾಗಿ, ಜೈಲಿಗೆ ಕರೆದೊಯ್ದಿದ್ದಾರೆ. ಅಲ್ಲಿ ಚಿತ್ರಹಿಂಸೆಗೆ ಗುರಿ ಆಗಿರುವ ನನ್ನ ಮಗನನ್ನು ನಾನೇ ಕೊಂದದ್ದು ಎಂದು ಒಪ್ಪಿಕೊಳ್ಳಲು ಒತ್ತಾಯಿಸುತ್ತಿರುವುದಾಗಿ ಕೇಳುತ್ತಿದ್ದೇನೆ.

ನಾನು ಬಡವ, ಜೀವನಕ್ಕಾಗಿ ವೃದ್ಧನಾದರೂ ದಿನಗೂಲಿ ಮಾಡುತ್ತಿದ್ದೇನೆ. ನನಗೆ ಆರು ಮಂದಿ ಮಕ್ಕಳಿದ್ದು ಯಾರೊಬ್ಬರೂ, ಇದುವರೆಗೂ ಯಾರೊಬ್ಬ ಸ್ಥಳೀಯರಿಂದಲೂ ಯಾವ ಬದನಾಮೆಗೂ ಈ ತಹಲ್ವರೆಗೂ ಗುರಿ ಆಗಿಲ್ಲ.

ತಾವು ನನ್ನ ಮನವಿಯನ್ನು ಮನ್ನಿಸಿ, ನಿರಪರಾಧಿಯಾದ ನನ್ನ ಮಗನನ್ನು ಜೈಲಿನಿಂದ ಬಿಡುಗಡೆ ಮಾಡಿಸಬೇಕೆಂದು, ವಿಧೇಯತೆಯಿಂದ ಬೇಡಿಕೊಳ್ಳುತ್ತೇನೆ.

                                      ಇಂತಿ ವಂದನೆಗಳೊಂದಿಗೆ,
                                      (ರುಜು)................

ನಮೂನೆ-8 : ದಾವೆ ನಡೆಸಲು ವಕೀಲರಿಗೆ ಒಪ್ಪಿಗೆ ಪತ್ರ.

ಇವರಿಗೆ
ಸತೀಶ್ ಎಂ. ಪೈ.,
ನ್ಯಾಯವಾದಿಗಳು
ರೂಮ್ ನಂ. 10, ಕಾಮತ್ ಹೋಟೆಲ್,
ತುಮಕೂರು

ಇವರಿಂದ
ಬಿ. ಮಾಧವನ್ ನಾಯರ್,
ದಿನಸಿ ಅಂಗಡಿ ಮಾಲೀಕರು
ಮಂಡೀಪೇಟೆ,
ತುಮಕೂರು

ದಿನಾಂಕ..................

ತುಮಕೂರಿನವನಾದ ನಾನು ನನ್ನ ಆಸ್ತಿ ವಿಭಾಗದ ಮೊಕದ್ದಮೆಗೆ ಸಂಬಂಧಿಸಿದ ನ್ಯಾಯಾಲಯದ ಕಟ್ಲೆಯನ್ನು ನಡೆಸಲು, ನ್ಯಾಯವಾದಿ ಸತೀಶ್ ಎಂ. ಪೈ ಅವರಿಗೆ ಒಪ್ಪಿಗೆ ಕೊಟ್ಟಿದ್ದು, ನ್ಯಾಯಾಲಯದಲ್ಲಿ ನನ್ನ ಪರವಾಗಿ ನ್ಯಾಯವಾದಿಗಳನ್ನಾಗಿ ನೇಮಿಸಿಕೊಂಡಿದ್ದೇನೆ ಮತ್ತು ಇದಕ್ಕೆ ನನ್ನ ಸಂಪೂರ್ಣ ಒಪ್ಪಿಗೆ ಇದೆ.

ಇಂತಿ ವಂದನೆಗಳೊಂದಿಗೆ
(ಸಹಿ)..................

ವಿಷಯ ಸೂಚನೆ:

1. ಪ್ರಸ್ತುತ ಇದಕ್ಕಾಗಿ ವಕಾಲತ್ ಫಾರಂ ಅಲಾಯಿದಾ ಸಿಕ್ಕುವುದರಿಂದ ಅದರಲ್ಲಿಯೇ ವಿಷಯವನ್ನು ತುಂಬಿಸಿ, ಸಹಿ ಹಾಕಿಕೊಡಬಹುದು.

ನಮೂನೆ-9 : ವಿಲ್ ಅಥವಾ ಮರಣ ಶಾಸನ ಬರೆಯುವ ವಿಧಾನ

ದಿನಾಂಕ.....................

ನಾರಾಯಣರಾವ್ ತಂದೆ ಕೃಷ್ಣರಾವ್, ಕಾಡನೂರು ಗ್ರಾಮ, ಮಧುರೆ ಹೋಬಳಿ ದೊಡ್ಡಬಳ್ಳಾಪುರ ತಾಲ್ಲೂಕು, ಬೆಂಗಳೂರು ಜಿಲ್ಲೆ. ತಾ............. ಆದ ನಾನು ದೈಹಿಕ, ಮಾನಸಿಕ ಪೂರ್ಣಸ್ಥಿತಿಯಲ್ಲಿ ನನ್ನ ವಕೀಲರಾದ ಜಗನ್ನಾಥ ಎಸ್ ಹಾಗೂ ಇಬ್ಬರು ಕಕ್ಷಿದಾರರ ಸಮಕ್ಷಮದಲ್ಲಿ ಬರೆದ, ಸಹಿ ಹಾಕಲಾಗಿರುವ ಮರಣಪತ್ರ.

ಈ ಪತ್ರದಲ್ಲಿರುವ ವಿಷಯಗಳು, ಅಂಕಿ-ಅಂಶಗಳೆಲ್ಲವೂ ನನ್ನ ಮರಣಾನಂತರ ಅಸ್ತಿತ್ವಕ್ಕೆ ಬರುತ್ತದೆ ಮತ್ತು ನಾನು ಬದುಕಿರುವಂತೆ ವಿಲ್ ಅನ್ನು ಬದಲಾಯಿಸುವ ಸ್ವಾತಂತ್ರ್ಯವನ್ನು ಉಳಿಸಿಕೊಂಡಿರುತ್ತೇನೆ.

ಈ ಕೆಳಕಂಡ ಸ್ಥಿರ-ಚರ ಆಸ್ತಿಗಳೆಲ್ಲವೂ ನನ್ನ ಸ್ವಯಾರ್ಜಿತವಾಗಿದ್ದು, ಇದಕ್ಕೆ ಯಾರೇ ಪಾಲುದಾರರುಗಳು ಇರುವುದಿಲ್ಲ. ನನ್ನ ಸ್ವಗ್ರಾಮವಾದ ಕಾಡನೂರಿನಲ್ಲಿರುವ 6 ಎಕರೆ 20 ಗುಂಟೆ ತರಿ ಜಮೀನು, 3 ಎಕರೆ, 25 ಗುಂಟೆ ಖುಷ್ಕಿ ಜಮೀನನ್ನು ಮೊದಲ ಮಗಳ ಮಗನಾದ ಚಿ|| ರಘುನಾಥರಾವ್ (ವಯಸ್ಸು 20 ವರ್ಷ) ಸೇರಿದ್ದು. ಚಿನ್ನ ಬೆಳ್ಳಿ ಒಡವೆಗಳು ನನ್ನ ಮೊದಲ ಮಗಳಾದ ಎನ್. ಸಂಧ್ಯ (35 ವರ್ಷ ವಯಸ್ಸು)ಗೆ ಸೇರಿದ್ದು, ಇದರ ಮೇಲೆ ಯಾರೂ ಯಾವ ರೀತಿಯಲ್ಲೂ ನ್ಯಾಯಾಲಯದಿಂದಾಗಲಿ, ಬಲಾತ್ಕಾರವಾಗಿ ಆಗಲಿ ತಮ್ಮ ಹಕ್ಕನ್ನು ಚಲಾಯಿಸುವಂತಿಲ್ಲ.

ಗ್ರಾಮದ ಉತ್ತರದಲ್ಲಿನ ಹೊಂಡದಲ್ಲಿರುವ 6 ಎಕರೆ 30 ಗುಂಟೆ ಆಕಾರದ ಪ್ರದೇಶದಲ್ಲಿನ ತೆಂಗಿನ ಹಾಗೂ ಅಡಿಕೆ ತೋಟ ನನ್ನ ಮೊದಲನೆಯ ಮಗನಿಗೆ ಸೇರತಕ್ಕದ್ದು. ನನ್ನ ಮರಣಾನಂತರ ಮೇಲ್ಕಂಡ ಸ್ವತ್ತು ನನ್ನ ಮೊದಲ ಮಗ, ಎನ್. ಶಶಿಧರನಿಗೇ ಅನುಭಾವ ರೂಪದಲ್ಲಿ ಸೇರತಕ್ಕದ್ದು.

ಬೆಂಗಳೂರಿನಲ್ಲಿ ನನ್ನ ಅನುಭವದಲ್ಲಿರುವ ಎರಡು ಮನೆಗಳು ಬೆಂಗಳೂರು ನಗರದಲ್ಲಿಯೇ ಬ್ಯಾಂಕಿನಲ್ಲಿ ಕೆಲಸ ಮಾಡುತ್ತಿರುವ ಕಡೆಯ ಮಗ ಎನ್. ಮುಕುಂದರಾವ್ (22 ವರ್ಷ) ಎಂಬುವವನಿಗೆ ಸೇರುವುದು.

ಕೆನರಾ ಬ್ಯಾಂಕಿನಲ್ಲಿರುವ ಎಂಟು ಸಾವಿರ ರೂಪಾಯಿಗಳ ಫಿಕ್ಸೆಡ್ ಡೆಪಾಸಿಟ್ ಹಣಕ್ಕೆ ನನ್ನ ಮೊಮ್ಮಗಳು ಚಿ|| ಶೃತಿ (ಒಂದು ವರ್ಷ)ಯನ್ನು ನಾಮಿನಿಯಾಗಿ ಮಾಡಿದ್ದು, ಅವಳ ಹದಿನೆಂಟನೆಯ ವರ್ಷಕ್ಕೆ ಬಡ್ಡಿ ಸಮೇತ ಪೂರ್ತಿ ಹಣಕ್ಕೆ ನನ್ನ ಮೊಮ್ಮಗಳೇ ಹಕ್ಕುದಾರಳಾಗಿರುತ್ತಾಳೆ.

ಈ ಮೇಲ್ಕಂಡ ಮರಣ ಪತ್ರದಲ್ಲಿರುವ ಎಲ್ಲಾ ವಿಷಯವನ್ನು ಯಾವ ಬಲಾತ್ಕಾರವೂ ಇಲ್ಲದೆ, ನನ್ನ ಸ್ವಇಚ್ಛೆಯಿಂದ, ಸ್ವಂತ ಒಪ್ಪಿಗೆಯೊಂದಿಗೆ, ಸಹಜ ಮಾನಸಿಕ ಸ್ಥಿತಿಯಲ್ಲಿ ಸ್ವಹಸ್ತದಿಂದ ಬರೆದು ಸಹಿ ಮಾಡಿಕೊಟ್ಟಿರುತ್ತೇನೆ.

(ರುಜು) ನಾರಾಯಣರಾವ್ ತಂದೆ ಕೃಷ್ಣರಾವ್

ವಕೀಲರ ಸಹಿ :

ಸಾಕ್ಷಿದಾರರ ಸಹಿ :

5. ಬ್ಯಾಂಕ್ ವ್ಯವಹಾರದ ಪತ್ರಗಳು

ಹಿನ್ನೆಲೆ

ಇಂದು ಬ್ಯಾಂಕಿನ ವ್ಯವಹಾರ ಶ್ರೀಸಾಮಾನ್ಯನ ಕ್ಷೇತ್ರದಲ್ಲಿ ವಿಸ್ತೃತವೆನಿಸುತ್ತಿದೆ. ಪ್ರತಿಯೊಬ್ಬ ನಾಗರಿಕನಲ್ಲಿಯೂ ತನ್ನ ಜೀವನದ ಭವಿಷ್ಯತೆಯ ಸುಭದ್ರತೆಗಾಗಿ ಒಂದಿಷ್ಟು ಹಣವನ್ನು ಹೇಗಾದರೂ, ಎಲ್ಲಾದರೂ ಸುರಕ್ಷಿತವಾದ ಸ್ಥಳದಲ್ಲಿ ಕೂಡಿಡಬೇಕೆಂಬ ಭಾವನೆ ಬಲಗೊಳ್ಳುತ್ತಿದೆ. ಇಂತಹ ಸುರಕ್ಷಿತ ಕ್ಷೇತ್ರಗಳಲ್ಲಿ ಬ್ಯಾಂಕ್ ತನ್ನ ದೇಶದಲ್ಲಿ ವಿಶಿಷ್ಟ ಸ್ಥಾನವನ್ನು ಪಡೆದಿದೆ. ಆದ್ದರಿಂದ ಬ್ಯಾಂಕಿನ ವ್ಯವಹಾರ ಇಂದು ಪ್ರತಿಯೊಬ್ಬ ನಾಗರಿಕನೂ ಅರಿತಿರಬೇಕು.

ಬ್ಯಾಂಕಿನ ವ್ಯವಹಾರ ಅಂದರೆ ಖಾತೆ ತೆರೆಯುವುದು, ಖಾತೆಯನ್ನು ಊರಿಂದೂರಿಗೆ ಬದಲಾಯಿಸುವುದು, ಬ್ಯಾಂಕ್ ವ್ಯವಹಾರ ನಿಲುಗಡೆ, ಕೊಟ್ಟ ಚೆಕ್‌ಗೆ ಹಣ ಪಾವತಿಸದಂತೆ ಮನವಿ, ಸಾಲಕ್ಕಾಗಿ ಅರ್ಜಿ, ಹೀಗೆ ಹಲವಾರು ರೀತಿಯ ಪತ್ರ ವ್ಯವಹಾರ ದೈನಂದಿನದಲ್ಲಿ ನಡೆಯುತ್ತಲೇ ಇರುವುದರಿಂದ, ಈ ಬಗ್ಗೆ ನಾಗರಿಕ ವ್ಯಕ್ತಿಗೆ ತಿಳುವಳಿಕೆ ಅತ್ಯಗತ್ಯ . ಸಾಮಾನ್ಯ ಉಳಿತಾಯ ಖಾತೆ, ಪಿಗ್ಮಿ ಖಾತೆ ಹೊಂದಿದ ಖಾತೆದಾರರಿಂದ ಹಿಡಿದು ಪ್ರತಿದಿನವೂ ಕೋಟ್ಯಾಂತರ ರೂಪಾಯಿಗಳ ಆರ್ಥಿಕ ವ್ಯವಹಾರ ನಡೆಸುವವರೆಗೆ ಎಲ್ಲರಿಗೂ ಈ ಕಾರಣಗಳಿಂದ ಆರ್ಥಿಕ ವ್ಯವಹಾರ ನಡೆಸುವವರಿಗೆ ಎಲ್ಲರಿಗೂ ಈ ಕಾರಣಗಳಿಂದ ಪತ್ರವ್ಯವಹಾರದ ಬಗ್ಗೆ ತಿಳಿವಳಿಕೆ ಅತ್ಯವಶ್ಯಕ.

ಉದಾಹರಣೆಗೆ ಒಬ್ಬ ವ್ಯಾಪಾರಿ ತನ್ನ ಚಾಲ್ತಿಖಾತೆ **(Current Account)** **(C.D.**ಯಲ್ಲಿ ಒಂದು ಪೈಸೆಯೂ ಇಲ್ಲದೆ, ಕೇವಲ ಮುಂದಿನ ದಿನಾಂಕದ ಚೆಕ್ **(Postal dated Cheque)** ನೀಡುವ ಮೂಲಕ, ತುಂಬಾ ದೊಡ್ಡ ದೊಡ್ಡ ವ್ಯವಹಾರಗಳನ್ನು **(deal)** ಮಾಡುತ್ತಿರುತ್ತಾರೆ. ಇಂತಹ ಸಂದರ್ಭದಲ್ಲಿ ಬ್ಯಾಂಕಿನ ಅಧಿಕಾರಿಗಳು ಹಾಗೂ ಸಿಬ್ಬಂದಿ ವರ್ಗದವರಿಗೆ ಪಾರ್ಟಿಯ ಪೂರ್ವೋತ್ತರ ಪರಿಚಯ ಚೆನ್ನಾಗಿರಬೇಕು. ಆಗ ಪತ್ರ ವ್ಯವಹಾರದಲ್ಲಿ ಬಳಸುವ ಪ್ರತಿ ಪದವೂ ಸೌಜನ್ಯತೆಯಿಂದ ಕೂಡಿರಬೇಕು.

ನಮ್ಮ ಆಪತ್ಕಾಲಕ್ಕೆಂದು ಕೊಂಚ-ಕೊಂಚ ಹಣವನ್ನು ಬ್ಯಾಂಕಿನಲ್ಲಿ ಕೂಡಿಡುತ್ತಿದ್ದರೆ, ಬೇಕಾದಾಗ ಬ್ಯಾಂಕಿನಿಂದ ತೆಗೆದು ಉಪಯೋಗಿಸಿಕೊಳ್ಳ ಬಹುದು. ಇದನ್ನು ಉಳಿತಾಯ ಖಾತೆ (Savings Bank Account) (S.B. Account) ಅನ್ನುವರು. ಸಮೀಪದ ಬ್ಯಾಂಕಿಗೆ ಹೋಗಿ ನಮ್ಮ ಅಭಿಲಾಷೆಯನ್ನು ತಿಳಿಸಿದರೆ, ಸಂಬಂಧಿಸಿದವರು ಖಾತೆಯನ್ನು ತೆರೆಯಲು ಬೇಕಾಗುವ ಕೆಲವು ಫಾರಂಗಳನ್ನು ಕೊಡುತ್ತಾರೆ. (ಈಗ ಮುದ್ರಿತ ಫಾರಂ ದೊರೆಯುವುದರಿಂದ ಪತ್ರ ಬರೆಯುವ ಅವಶ್ಯಕತೆ ಇಲ್ಲ.) ಅದನ್ನು ತುಂಬಿಸಿ, ನಮಗೂ ಬ್ಯಾಂಕಿಗೂ ಸಂಬಂಧಿಸಿದವರು ಅಂದರೆ ಖಾತೆಯನ್ನು ಈ ಮೊದಲೇ ತೆರೆದು, ಪರಿಚಿತರಾದವರ ಸಹಿಯನ್ನು ಫಾರಂನ ಉಚಿತ ಜಾಗದಲ್ಲಿ ಹಾಕಿಸಿಕೊಟ್ಟು, ಹಣ ಕಟ್ಟಿದರೆ ಸುಲಭವಾಗಿ ಖಾತೆ ತೆರೆಯುವ ಕೆಲಸ ಮುಗಿಯುತ್ತದೆ. ನಮ್ಮ ಕೊಡುವ, ತರುವ ಹಣದ ಲೆಕ್ಕಾಚಾರಕ್ಕಾಗಿ ಒಂದು ಉಳಿತಾಯ ಖಾತೆಯ ಪುಸ್ತಕವನ್ನು ನೀಡಲಾಗುತ್ತದೆ.

ನಮ್ಮ ರುಜುವನ್ನು ನಕಲು (Forgery) ಮಾಡಿ, ಇತರರು ಪಾಸ್ ಪುಸ್ತಕದೊಂದಿಗೆ ಬಂದು ಹಣ ಪಡೆಯುವ ಸಂಭವವೂ ಉಂಟು. ಇದನ್ನು ತಪ್ಪಿಸುವ ಸಲುವಾಗಿ ಎರಡು ಕಾರ್ಡ್‌ಗಳ ಮೇಲೆ ಖಾತೆ ತೆರೆಯುವವರ ಎರಡು ರುಜುಗಳನ್ನು ತೆಗೆದುಕೊಂಡಿರುತ್ತಾರೆ. ಇದನ್ನು ಸ್ಪೆಸಿಮನ್ ಸಿಗ್ನೇಚರ್ (Specimen Singature) ಅನ್ನುವರು. ಮುಂದೆ ನಾವು ಬ್ಯಾಂಕಿನಲ್ಲಿ ವ್ಯವಹರಿಸುವ ಪ್ರತಿ ಸಂದರ್ಭದಲ್ಲಿಯೂ ಮೊದಲು ಮಾಡಿರುವ ನಮ್ಮ ರುಜುವಿನಲ್ಲಿ ಬದಲಾವಣೆ ಕಾಣದಂತೆ ನೋಡಿಕೊಳ್ಳಬೇಕು.

ಹಣ ಪಡೆಯಲು ಒಂದು ನಮೂನೆಯ ಪತ್ರ, ಬ್ಯಾಂಕಿನಿಂದ ದೊರೆಯುತ್ತದೆ. ಇದನ್ನು ಚೆಕ್ ಎನ್ನುವರು. ಚೆಕ್‌ಗಳಲ್ಲಿ 3 ವಿಧ. ಸೆಲ್ಫ್ ಚೆಕ್ ಬೇರರ್ ಚೆಕ್, ಅಕೌಂಟ್ ಪೈಡ್ ಅಥವಾ ಕ್ರಾಸ್ಡ್ ಚೆಕ್.

ಸೆಲ್ಫ್ ಚೆಕ್ ಖಾತೆದಾರನ ಬಳಕೆಗೆ ಮಾತ್ರ. ಖಾತೇದಾರ ತನ್ನ ಸ್ವಂತಕ್ಕಾಗಿ ಹಣ ಬೇಕಿದ್ದರೆ ಇಂತಹ ಚೆಕ್‌ಗೆ ಸಹಿ ಮಾಡುವುದಲ್ಲದೆ, ಚೆಕ್‌ನ ಹಿಂಭಾಗದಲ್ಲಿಯೂ ರುಜು ಮಾಡಿರಬೇಕು.

ಬೇರೆಯವರಿಗೆ ಹಣ ಪಾವತಿ ಮಾಡಲು ನಾವು ಕೊಡುವ ಚೆಕ್ ಅನ್ನು ಬೇರರ್ ಚೆಕ್ (Bearer Cheque) ಅನ್ನುವರು. ಇಂತಹ ಹಣ ಕೊಟ್ಟಿದ್ದಕ್ಕೆ

ನಮಗೆ ಆಧಾರ ಬೇಕು. ಕ್ರಾಸ್ಡ್ ಚೆಕ್ ಕೊಡೋಣವೆಂದರೆ ಆತನ ಹೆಸರಿನಲ್ಲಿ ಬ್ಯಾಂಕಿನಲ್ಲಿ ಯಾವ ಖಾತೆಯೂ ಇರುವುದಿಲ್ಲ. ಅಂತಹ ಸಮಯದಲ್ಲಿ ನಾವು ಯಾವ ವ್ಯಕ್ತಿಗೆ ಹಣ ಕೊಡಬೇಕಾಗಿದೆಯೋ, ಆ ವ್ಯಕ್ತಿಯ ಹೆಸರಿಗೆ ಹಣ ಪಾವತಿಸಿದ್ದಕ್ಕೆ ಬ್ಯಾಂಕಿನಲ್ಲಿ ಆಧಾರವೂ ಉಳಿದಂತಾಗುವುದು. ಚೆಕ್ ಮೇಲೆ ನಮ್ಮಿಂದ ಹಣ ಪಡೆಯುವವನ ಸಹಿ ಇರುವುದರಿಂದ ಆತನು ಹಣ ತೆಗೆದುಕೊಂಡಿಲ್ಲ ಎಂದು ಹೇಳಲು ಸಾಧ್ಯ ಇರುವುದಿಲ್ಲ.

ಇನ್ನೊಂದು ರೀತಿಯ ಅತಿ ಸುರಕ್ಷಿತ ಚೆಕ್ ಅನ್ನು ಅಕೌಂಟ್ ಪೈಡ್ (Account Paid) ಅಥವಾ ಕ್ರಾಸ್ಡ್ ಚೆಕ್ (Crossed Cheque) ಅನ್ನುವರು. ಈ ಚೆಕ್ ಮೂಲಕ ವ್ಯಕ್ತಿ ಹಣವನ್ನು ಮುಖತಃ ಪಡೆಯಲು ಸಾಧ್ಯ ಇರುವುದಿಲ್ಲ. ಹಣವನ್ನು ಯಾವುದೇ ಬ್ಯಾಂಕಿನಲ್ಲಿ ಅವನ ಖಾತೆ (Account) ಇದ್ದರೂ ಹಣವನ್ನು ಆ ಖಾತೆಗೆ ವರ್ಗಾಯಿಸಲಾಗುವುದು. ಇದು ಇನ್ನು ಸುರಕ್ಷಿತವೇ. ಉದಾಹರಣೆಗೆ ನಾವು ಯಾರಾದರೊಬ್ಬ ವ್ಯಕ್ತಿಗೆ ಚೆಕ್ ಕೊಡುತ್ತೇವೆ ಎಂದಿಟ್ಟುಕೊಳ್ಳೋಣ. ಅಕಸ್ಮಾತ್ ಆ ಚೆಕ್ ಕಳೆದುಹೋದರೆ, ಅದು ಸೆಲ್ಫ್ ಹಾಗೂ ಬೇರರ್ ಚೆಕ್ ಆದರೆ, ಚೆಕ್ ಸಿಕ್ಕಿದ ಯಾವ ವ್ಯಕ್ತಿ ಬೇಕಾದರೂ ಬ್ಯಾಂಕ್‌ನ ಕೌಂಟರ್‌ನಲ್ಲಿ ರುಜು ಮಾಡಿ ಹಣ ಪಡೆಯಬಹುದು. ಆದರೆ ಕ್ರಾಸ್ಡ್ ಚೆಕ್‌ನಲ್ಲಿ ಇಂತಹ ಅಚಾತುರ್ಯಕ್ಕೆ ಅವಕಾಶ ಇರದು. ಕಾರಣ ಯಾವ ವ್ಯಕ್ತಿಯ ಹೆಸರಿಗೆ ನಾವು ಚೆಕ್ ಕೊಟ್ಟಿರುತ್ತೇವೆಯೋ, ಆ ವ್ಯಕ್ತಿಗೆ ಮುಖತಃ ಹಣ ಪಾವತಿ ಆಗದು. ಬ್ಯಾಂಕಿನಲ್ಲಿರುವ ಅವನ ಖಾತೆಗೆ Credit ಅಂದರೆ ಜಮಾ ಆಗುವುದು. ಇದರಿಂದ ಹಣ ಪರಭಾವೆ ಆಗುವ ಸಂದರ್ಭವೇ ಬರದು.

ಬ್ಯಾಂಕ್ ವ್ಯವಹಾರದಲ್ಲಿ ಸಾಮಾನ್ಯವಾಗಿ ಬಳಸಬಹುದಾದ ಕೆಲವು ಸಂಕ್ಷಿಪ್ತ ಹಾಗೂ ವಿಸ್ತರಣೆ ಪದಗಳು:

S.B.	-	ಸೇವಿಂಗ್ಸ್ ಬ್ಯಾಂಕ್	Savings Bank Account
C.A.	}	ಕರೆಂಟ್ ಅಕೌಂಟ್, ಕರೆಂಟ್ ಡೆಪಾಸಿಟ್	Current A/c
C.D.	}	ಚಾಲ್ತಿ ಖಾತೆ	Account
F.D.	-	ಫಿಕ್ಸ್‌ಡ್ ಟರ್ಮ್ ಡೆಪಾಸಿಟ್ ನಿಗಧಿಯ ಅವಧಿಯ ಠೇವಣಿ	Fixed Term Deposit

C.D.	-	ಕ್ಯುಮುಲೇಟಿವ್ ಡಿಪಾಸಿಟ್	**Cumulative Diposit**
R.D.	-	ರೆಕರ್ರಿಂಗ್ ಡೆಪಾಸಿಟ್	**Recurring Deposit**
D.D.	-	ಡಿಮ್ಯಾಂಡ್ ಡ್ರಾಫ್ಟ್	**Demand Draft**
O.D.	-	ಓವರ್ ಡ್ರಾಫ್	**Over Draft**
Cr.	-	ಕ್ರೆಡಿಟ್	**Credit**
Dr.	-	ಡೆಬಿಟ್	**Debit**
L.C.	-	ಲೋನ್ ಅಕೌಂಟ್	**Loan Account**
G.L.	-	ಗೋಲ್ಡ್ ಲೋನ್	**(Gold Loan)**
P.B.	-	ಪಾಸ್ ಬುಕ್	**(Pass Book)**

ನಮೂನೆ-1 : ಉಳಿತಾಯ ಖಾತೆಯನ್ನು ತೆರೆಯಲು.

ಇವರಿಗೆ ದಿನಾಂಕ.....................

ವ್ಯವಸ್ಥಾಪಕರು (ಮ್ಯಾನೇಜರ್)
ಕಾರ್ಪೊರೇಷನ್ ಬ್ಯಾಂಕ್,
ಗಾಂಧಿಬಜಾರ್
ಬೆಂಗಳೂರು-560 004

ಮಾನ್ಯರೇ,

ತಮ್ಮ ಬ್ಯಾಂಕಿನಲ್ಲಿ ನಾನು ಒಂದು ಉಳಿತಾಯ ಖಾತೆಯನ್ನು ಪ್ರಾರಂಭಿಸಬಯಸುತ್ತಿದ್ದೇನೆ. ದಯವಿಟ್ಟು ಅನುಮತಿಸಿ, ಸಹಕರಿಸಬೇಕೆಂದು ವಿನಮ್ರತೆಯೊಂದಿಗೆ ಪ್ರಾರ್ಥಿಸುತ್ತೇನೆ.

ಇಂತು ತಮ್ಮ ವಿಶ್ವಾಸಿ

ವಿಳಾಸ : ರುಜು..............

ರಾಜಣ್ಣ S/o ನಾಗಣ್ಣ
48, 56ನೇ ಅಡ್ಡರಸ್ತೆ
ರಾಜಾಜಿನಗರ
ಬೆಂಗಳೂರು-560 010

—

ನಮೂನೆ-2 : ಚಾಲ್ತಿ ಖಾತೆ ಪ್ರಾರಂಭಿಸಲು ಮನವಿ.

ಇವರಿಗೆ   ಇವರಿಂದ
ವ್ಯವಸ್ಥಾಪಕರು,   ಕೆ. ನಾರಾಯಣರಾವ್
ಕೆನರಾ ಬ್ಯಾಂಕ್,   ಶ್ರೀ ಗುರುಪ್ರಕಾಶನ,
ವಿಜಯನಗರ,   354, 4ನೇ ಅಡ್ಡರಸ್ತೆ,
ಬೆಂಗಳೂರು-560 040   ಸರಸ್ವತಿನಗರ,
                                                             ಬೆಂಗಳೂರು-560 040

                                                             ತಾ‖.....................

ಮಾನ್ಯರೇ,

       ನಾನು ನಮ್ಮ ಪ್ರಕಾಶನ ಸಂಸ್ಥೆಯನ್ನು ಪ್ರಾರಂಭಿಸಿ ಒಂದು
ವರ್ಷಗಳಾಗಿದ್ದು, ವ್ಯವಹಾರಾನುಕೂಲಕ್ಕಾಗಿ, ತಮ್ಮ ಬ್ಯಾಂಕಿನಲ್ಲಿ ಒಂದು ಚಾಲ್ತಿ
ಖಾತೆಯನ್ನು ಹೊಂದಿರಲು ಅಪೇಕ್ಷಿಸಿದ್ದೇನೆ. ಕೃಪೆ ಮಾಡಿ ಅನುಮತಿಸಿ,
ಸಹಕರಿಸಬೇಕೆಂದು ಸವಿನಯ ಪ್ರಾರ್ಥನೆ.

                                                             ತಮ್ಮ ವಿಶ್ವಾಸಿ,
ಸ್ಥಳ : ಸರಸ್ವತಿನಗರ   ರುಜು
ತಾ:....................   (ಮೊಹರು)

                              ____

ನಮೂನೆ-3 : ಓವರ್ ಡ್ರಾಫ್ಟ್ ಸೌಲಭ್ಯಕ್ಕಾಗಿ.

ಇವರಿಗೆ ಇವರಿಂದ
ಸಿಂಡಿಕೇಟ್ ಬ್ಯಾಂಕ್,   ಶ್ರೀ ಮಂಜುನಾಥ ಡಿಸ್ಟ್ರಿಬ್ಯೂಟರ್ಸ್
ಮಣಿಪಾಲ್   ಪ್ರೆಸ್ ಕಾರ್ನರ್, ಮಣಿಪಾಲ್

                                                             ತಾ‖.....................

ಮಾನ್ಯರೇ,

       ತಮ್ಮ ಬ್ಯಾಂಕಿನಲ್ಲಿ ನನ್ನ ವೈಯಕ್ತಿಕ ಹೆಸರಿನಲ್ಲಿ ಉಳಿತಾಯ ಖಾತೆಯೇ
ಅಲ್ಲದೆ, ನಮ್ಮ ಸಂಸ್ಥೆಯ ಹೆಸರಿನಲ್ಲಿ ಒಂದು ಚಾಲ್ತಿ ಖಾತೆಯನ್ನು ಎಂಟು

ಹತ್ತು ವರ್ಷಗಳಿಂದ ಯಾವ ತಕರಾರೂ ಇಲ್ಲದಂತೆ ನಡೆಸಿಕೊಂಡು ಬರುತ್ತಿದ್ದೇನೆ.

ಈಗ ಅನಿರೀಕ್ಷಿತವಾಗಿ ಭಾರಿ ಪ್ರಮಾಣದಲ್ಲಿ ನಮ್ಮ ಸಂಸ್ಥೆಗೆ ಮಾಲನ್ನು ಆಮದು ಮಾಡಿಸಿಕೊಳ್ಳಬೇಕಾಗಿದ್ದು ನಮ್ಮ ಗಿರಾಕಿಗಳಿಂದ ಬರಬೇಕಾದ ಹಣ ತಡವಾಗುತ್ತಿರುವ ಕಾರಣ ಹಣದ ಚಲಾವಣೆ ನಿಂತುಹೋಗಿದೆ. ಈಗ ಲಾರಿಗಳ ಮೂಲಕ ಬಂದು ನಿಂತಿರುವ ಮಾಲುಗಳನ್ನು ಬಿಡಿಸಿಕೊಳ್ಳಲು ತುಂಬಾ ಜರೂರಾಗಿ ಹಣದ ಅವಶ್ಯಕತೆ ಇರುವ ಕಾರಣ, ನಮ್ಮ ಬ್ಯಾಂಕ್ ಖಾತೆಯ ಮೇಲೆ ಮೂವತ್ತು ಸಾವಿರ ರೂಪಾಯಿಗಳ ಓವರ್ ಡ್ರಾಫ್ಟ್ (O.D.) ಸೌಲಭ್ಯವನ್ನು ಒದಗಿಸಿಕೊಡಬೇಕಾಗಿ ಸವಿನಯ ಪ್ರಾರ್ಥನೆ.

ಇಂತಿ ಕೃತಜ್ಞತೆಗಳೊಂದಿಗೆ,

ಶ್ರೀ ಮಂಜುನಾಥ ಡಿಸ್ಟ್ರಿಬ್ಯೂಟರ್ಸ್ ಪರವಾಗಿ

....

ಮಾಲೀಕರು

ನಮೂನೆ-4 : ನಿಗಧಿತ ಅವಧಿಯ ಠೇವಣಿಯ ಖಾತೆಯನ್ನು ತೆರೆಯಲು.

ಇವರಿಗೆ
ಸಂಚಾಲಕರು,
ಕರ್ನಾಟಕ ಬ್ಯಾಂಕ್,
ಚಾಮರಾಜಪೇಟೆ,
ಬೆಂಗಳೂರು-560 018

ಇವರಿಂದ
ಕೆ. ಅನಸೂಯಮ್ಮ,
ನಿವೃತ್ತ ಅಧ್ಯಾಪಕಿ,
46, 4ನೇ ಮೇನ್ ರಸ್ತೆ,
ಚಾಮರಾಜಪೇಟೆ,
ಬೆಂಗಳೂರು-18

ತಾ||......................

ಮಾನ್ಯರೇ,

ನಾನು ಚಾಮರಾಜಪೇಟೆಯ ಮಾಡಲ್ ಹೈಸ್ಕೂಲ್‌ನಲ್ಲಿ ಈವರೆವಿಗೂ ಸೇವೆ ಸಲ್ಲಿಸುತ್ತಿದ್ದು ನಿವೃತ್ತಳಾಗಿದ್ದೇನೆ. ನನ್ನ ನಿವೃತ್ತಿಯ ಹಣವೂ ಸಹ ತಮ್ಮ

ಬ್ಯಾಂಕಿಗೆ ನನ್ನ ಉಳಿತಾಯ ಖಾತೆಗೆ ಜಮಾ ಮಾಡಲು ಪ್ರತಿ ತಿಂಗಳೂ ಸ್ಟೇಟ್ ಹುಜೂರ್ ಟ್ರೇಜರಿಯಿಂದ ಬರುತ್ತಿರುವುದು ನಿಮಗೆ ತಿಳಿದ ವಿಷಯವೇ ಆಗಿದೆ.

ಈಗ ನನಗೆ ನನ್ನ ಸೇವಾವಧಿಯ ಗ್ರಾಚ್ಯುಟಿ ಹಣ ಒಂದೂವರೆ ಲಕ್ಷ ರೂಪಾಯಿಗಳು ಕೈ ಸೇರಿವೆ. ಈ ಹಣವನ್ನು ನಿಮ್ಮ ಬ್ಯಾಂಕಿನಲ್ಲಿಯೇ ಒಂದು ವರ್ಷದ ಅವಧಿಯವರೆಗೆ ಫಿಕ್ಸೆಡ್ ಡೆಪಾಸಿಟ್‌ನಲ್ಲಿಡಲು ಅಪೇಕ್ಷಿಸುತ್ತಿದ್ದೇನೆ. ನನಗೆ ವರ್ಷಾಂತ್ಯದಲ್ಲಿ ಬರುವ ಬಡ್ಡಿ ಎಷ್ಟು? ಅಥವಾ ಎಷ್ಟು ವರ್ಷಗಳ ಕನಿಷ್ಠ ಅವಧಿಯವರೆಗೆ ಇಟ್ಟರೆ ಹೆಚ್ಚಿನ ಬಡ್ಡಿ ಬರುತ್ತದೆ? ಇತ್ಯಾದಿ ವಿಷಯಗಳನ್ನು ತಿಳಿಸಬೇಕಾಗಿ ಪ್ರಾರ್ಥಿಸುತ್ತೇನೆ.

ಇಂತಿ ತಮ್ಮ ವಿಶ್ವಾಸಿ,

ರುಜು.............

ಉಳಿತಾಯ ಖಾತೆ ಸಂಖ್ಯೆ 434

ನಮೂನೆ-5 : ನಮೂನೆ 4ರ ಪತ್ರಕ್ಕೆ ಬ್ಯಾಂಕ್ ಮ್ಯಾನೇಜರ್ ಅವರಿಂದ ಉತ್ತರ.

ಇವರಿಗೆ
ಶ್ರೀಮತಿ ಕೆ. ಅನಸೂಯಮ್ಮ,
ನಿವೃತ್ತ ಅಧ್ಯಾಪಕಿ,
46, 4ನೇ ಮುಖ್ಯರಸ್ತೆ,
ಚಾಮರಾಜಪೇಟೆ,
ಬೆಂಗಳೂರು-560 018

ಇವರಿಂದ
ಮ್ಯಾನೇಜರ್,
ಕರ್ನಾಟಕ ಬ್ಯಾಂಕ್,
ಚಾಮರಾಜಪೇಟೆ
ಬೆಂಗಳೂರು-18
ತಾ||.....................

ಮಾನ್ಯರೇ,

ನಿಮ್ಮ ಪತ್ರವನ್ನು ಪರಿಶೀಲಿಸಲಾಗಿದೆ. ನೀವು ನಮ್ಮ ಬ್ಯಾಂಕಿನಲ್ಲಿ ಒಂದೂವರೆ ಲಕ್ಷ ರೂಪಾಯಿಗಳ ಠೇವಣಿ ಇಡುವ ವಿಷಯ ಸಂತೋಷವನ್ನು ಉಂಟು ಮಾಡಿದೆ. ನಿಮ್ಮ ನಿರ್ಧಾರ ತುಂಬಾ ಸುಯೋಗ್ಯ ಹಾಗೂ ಸಮಯೋಚಿತ ಎನಿಸಿದೆ. ನಮ್ಮ ಬ್ಯಾಂಕಿನಲ್ಲಿ ಯಾವುದೇ ಖಾತೆಯನ್ನು

ತೆರೆಯಲು ಸ್ವಇಚ್ಛೆಯಿಂದ ಬರುವವರಿಗೆ ಇಲ್ಲಿನ ಅಧಿಕಾರಿಗಳು, ಸಿಬ್ಬಂದಿ ವರ್ಗದವರು ಸದಾ ಉತ್ಸುಕರಾಗಿರುತ್ತೇವೆ.

ನಮ್ಮ ಬ್ಯಾಂಕಿನಲ್ಲಿ ಠೇವಣಿಯ ಹಣವನ್ನು ನಿರ್ದಿಷ್ಟ ಅವಧಿಯವರೆಗೆ ಇಡುವವರಿಗೆ ವಿವಿಧ ಉಪಯೋಗಗಳ ಹಲವಾರು ಯೋಜನೆಗಳು ಪ್ರಸ್ತುತ ವರ್ಷದಿಂದ ಜಾರಿಗೆ ಬಂದಿದೆ. ದಯವಿಟ್ಟು ಒಂದು ಬಾರಿ ನಮ್ಮ ಬ್ಯಾಂಕಿಗೆ ಭೇಟಿ ನೀಡಿದರೆ, ಎಲ್ಲಾ ಯೋಜನೆಗಳ ಬಗ್ಗೆ ಕೂಲಂಕಷವಾಗಿ ವಿವರಿಸಲಾಗುವುದು. ಮುಖತಃ ಭೇಟಿ ನೀಡಿ, ಯೋಜನೆಗಳ ಲಾಭ ಪಡೆಯುವಿರೆಂದು ನಂಬಿರುವ,

ತಮ್ಮ ವಿಶ್ವಾಸಿ,

(ರುಜು)...............

ಮ್ಯಾನೇಜರ್

ಕರ್ನಾಟಕ ಬ್ಯಾಂಕ್

───────

ನಮೂನೆ-6 : ಮನೆ ಕಟ್ಟಲು ಬ್ಯಾಂಕಿನಿಂದ ಸಾಲ ಪಡೆಯುವುದಕ್ಕಾಗಿ.

ಇವರಿಗೆ	ಇವರಿಂದ
ಮ್ಯಾನೇಜರ್,	ಕೆ.ಎಸ್. ಗೋಪಾಲಕೃಷ್ಣ,
ಮೈಸೂರ್ ಬ್ಯಾಂಕ್,	45, ಕಮಲ ಗಾಂಧಿ ಬಡಾವಣೆ,
ಬಸವನಗುಡಿ,	ಯಶವಂತಪುರ,
ಬೆಂಗಳೂರು-560 004	ಬೆಂಗಳೂರು-560 022

ತಾ‖.......................

ಮಾನ್ಯರೇ,

ನಾನು ಹೊಸ ಮನೆಯ ನಿರ್ಮಾಣಕ್ಕಾಗಿ, ಬಿ.ಡಿ.ಎ.ಯಿಂದ ನನ್ನ ಹೆಸರಿಗೆ ಸೈಟ್ ಒಂದನ್ನು ಪಡೆದು, ಸ್ವಾಧೀನಪಡಿಸಿಕೊಂಡಿದ್ದೇನೆ.

ತಮ್ಮ ಬ್ಯಾಂಕಿನಲ್ಲಿ ಗೃಹ ನಿರ್ಮಾಣಕ್ಕಾಗಿ ಕಡಿಮೆ ಬಡ್ಡಿ ದರದಲ್ಲಿ, ದೀರ್ಘಾವಧಿಯ ಸಾಲ ಕೊಡುತ್ತಿರುವುದಾಗಿ ತಿಳಿದುಬಂತು. ದಯವಿಟ್ಟು ನನ್ನ

ಸ್ವಾಧೀನದಲ್ಲಿರುವ ಸೈಟ್ ಜಮೀನಿನ ಆಧಾರದ ಮೇಲೆ ಮೂವತ್ತು ಲಕ್ಷ
ರೂಪಾಯಿಯ ಸಾಲವನ್ನು ಮಂಜೂರು ಮಾಡಬೇಕಾಗಿ ಪ್ರಾರ್ಥನೆ.

ಇಂತಿ ವಂದನೆಗಳೊಂದಿಗೆ,

ತಮ್ಮ ವಿಶ್ವಾಸಿ,

(ಸಹಿ).....................

ವಿಷಯ ಸೂಚನೆ :

1.   ಅಪ್ಲಿಕೇಷನ್ ಒಂದಿಗೆ ಸೈಟ್ ಸ್ವಾಧೀನ ಪತ್ರ, ಖಾತೆ, ಪಹಣೆ ಇತ್ಯಾದಿಗಳ
     ವಿವರಗಳನ್ನು ಲಗತ್ತಿಸಿರಬೇಕು.

_____

ನಮೂನೆ-7 : ಉಳಿತಾಯ ಖಾತೆಯ ಹಣವನ್ನು ಸಂಪೂರ್ಣವಾಗಿ ಪಡೆಯಲು.

ಇವರಿಗೆ   ಇಂದ

ಮ್ಯಾನೇಜರ್   ಬಿ.ವಿ. ರಘುನಾಥರಾವ್,

ಇಂಡಿಯನ್ ಬ್ಯಾಂಕ್,   4, ಮಾಡಲ್ ಹೌಸ್ ಕಾಲೋನಿ,

ಪೇಟೆಯ ಬೀದಿ,   ಬಸವನಗುಡಿ

ಬಸವನಗುಡಿ,   ಬೆಂಗಳೂರು-560 004

ಬೆಂಗಳೂರು-560 004   ತಾ॥.....................

ಮಾನ್ಯರೇ,

    ಸುಮಾರು ಇಪ್ಪತ್ತು ವರ್ಷಗಳಿಂದ ನಾನು ತಮ್ಮ ಬ್ಯಾಂಕಿನಲ್ಲಿ ಉಳಿತಾಯ
ಖಾತೆ ಪ್ರಾರಂಭಿಸಿ, ಯಾವ ಅಡಚಣೆಗಳೂ ಇಲ್ಲದಂತೆ ವ್ಯವಹಾರ
ಮಾಡಿಕೊಂಡು ಬಂದಿದ್ದೇನೆ. ಈಗ ನನಗೆ ವಯಸ್ಸಾಗಿರುವುದರಿಂದ, ಕಣ್ಣು ದೃಷ್ಟಿ
ಕಡಿಮೆ ಆಗಿದೆ. ತಿರುಗಾಡಲೂ ಅಷ್ಟಾಗಿ ಶಕ್ತಿ ಸಾಲದು. ಆದ್ದರಿಂದ ದಯವಿಟ್ಟು
ನನ್ನ ಖಾತೆಯಲ್ಲಿರುವ ಸಂಪೂರ್ಣ ಹಣವನ್ನು ಹಿಂದಿರುಗಿಸುವುದರ ಮೂಲಕ
ಖಾತೆಯನ್ನು   ಚುಕ್ತಗೊಳಿಸಬೇಕೆಂದು   ವಿನಮ್ರತೆಯೊಂದಿಗೆ
ವಿನಂತಿಸಿಕೊಳ್ಳುತ್ತಿದ್ದೇನೆ.

ಇದರೊಂದಿಗೆ ಸಂಬಂಧಪಟ್ಟ ಪಾಸ್‌ಬುಕ್ ಹಾಗೂ ಚೆಕ್ ಲೀವ್ಸ್‌ಗಳನ್ನು ಬ್ಯಾಂಕ್ ಕಾರ್ಯಾಲಯಕ್ಕೆ ಹಿಂದಿರುಗಿಸುತ್ತಿದ್ದೇನೆ.

ಇಂತಿ ತಮ್ಮ ವಿಶ್ವಾಸಿ

ರುಜು.................

ಉಳಿತಾಯ ಖಾತೆ ಸಂಖ್ಯೆ ......

ನಮೂನೆ-8: ಚೆಕ್ ಹಣವನ್ನು ಪಾವತಿ ಮಾಡದಂತೆ ತಡೆ.

ಇವರಿಗೆ
ಸಿಂಡಿಕೇಟ್ ಬ್ಯಾಂಕ್
ಮಣಿಪಾಲ್

ಇವರಿಂದ
ನಟರಾಜ ಏಜೆನ್ಸಿ,
30, 4ನೇ ಮುಖ್ಯರಸ್ತೆ,
ವಿಜಯನಗರ,
ಬೆಂಗಳೂರು-560 040

ಮಾನ್ಯರೇ,

ನಮ್ಮ ಬೇಡಿಕೆಯ ಮಾಲನ್ನು ಪೂರೈಸುವ ಸಲುವಾಗಿ M/s. ಭವ್ಯ ಎಂಟರ್‌ಪ್ರೈಸಸ್, ಪ್ರೆಸ್ ಕಾರ್ನರ್, ಮಣಿಪಾಲ್‌ರವರಿಗೆ ಮುಂದಿನ ದಿನಾಂಕದ **(Postal date)** ಚೆಕ್ ಅನ್ನು ಮುಂಗಡವಾಗಿ ಕೊಡಲಾಗಿತ್ತು . ಚೆಕ್ ನಂ................ ದಿನಾಂಕ..................... 2560 ರೂಪಾಯಿಗಳು (ಎರಡು ಸಾವಿರದ ಐದುನೂರ ಅರವತ್ತು ರೂಪಾಯಿಗಳು ಮಾತ್ರ) ಆದರೆ ಈ ತಹಲ್‌ವರೆವಿಗೂ ಕಾಯ್ದರೂ ಮಾಲು ಬಂದಿಲ್ಲ. ನಮ್ಮ ಬೇಡಿಕೆಯ ಮಾಲನ್ನು ಅವರು ಪೂರೈಸದ ಕಾರಣ, ದಯವಿಟ್ಟು ಮೇಲ್ಕಂಡ ಸಂಸ್ಥೆಯ ಚೆಕ್ ಅನ್ನು ಪಾವತಿಸಬಾರದೆಂದು ಈ ಮೂಲಕ ವಿನಂತಿಸಿಕೊಳ್ಳುತ್ತೇವೆ.

ಇಂತಿ ವಂದನೆಗಳೊಂದಿಗೆ,
ನಟರಾಜ ಏಜೆನ್ಸಿ ಪರವಾಗಿ,
....
ಪಾಲುದಾರರು

—

6. ಉದ್ಯೋಗಗಳಿಗಾಗಿ ಅರ್ಜಿಗಳು
(Job Applications)

ನಮೂನೆ-1 : ಮ್ಯಾನೇಜರ್ ಹುದ್ದೆಗಾಗಿ ಅರ್ಜಿ.

ಇವರಿಗೆ
ವ್ಯವಸ್ಥಾಪಕರು,
ಗುರುದೇವ ಬಿಸಿನೆಸ್ ಬ್ಯೂರೋ,
ಆರ್ಕಾಟ್ ಶ್ರೀನಿವಾಸಾಚಾರ್ ರಸ್ತೆ,
ಬೆಂಗಳೂರು-560 002

ಇವರಿಂದ
ಯಲ್. ರತ್ನಾಕರಶೆಟ್ಟಿ,
864, ಅಂಚೆ ಕಛೇರಿ ರಸ್ತೆ,
ಶೇಷಾದ್ರಿಪುರ,
ಬೆಂಗಳೂರು-560 020.

ಮಾನ್ಯರೇ,

ತಾರೀಖು 8-8-2018ರ ಪ್ರಜಾವಾಣಿ ಪತ್ರಿಕೆಯ ಜಾಹಿರಾತು ವಿಭಾಗದಲ್ಲಿ ಅವೆನ್ಯೂ ರೋಡ್‌ನಲ್ಲಿ ಹೊಸದಾಗಿ ಸ್ಥಾಪನೆಯಾಗಿರುವ ತಮ್ಮ ಸಂಸ್ಥೆಯ ಶಾಖೆಗೆ ಒಬ್ಬ ಅನುಭವಿ ಮ್ಯಾನೇಜರ್ ಬೇಕಾಗಿರುವುದಾಗಿ ತಿಳಿಸಿದ್ದೀರಿ.

ನಾನು ಬಿ.ಕಾಮ್. ಪದವಿ ಪರೀಕ್ಷೆಯಲ್ಲಿ ಉನ್ನತ ಶ್ರೇಣಿಯಲ್ಲಿ ತೇರ್ಗಡೆ ಹೊಂದಿದ್ದು, ಬೆಂಗಳೂರು ನಗರದ ಕಿಲಾರಿ ರಸ್ತೆಯಲ್ಲಿರುವ ಶ್ರೀನಾಥ್ ಎಂಟರ್‌ಪ್ರೈಸಸ್‌ನಲ್ಲಿ ಕಳೆದ ಐದು ವರ್ಷಗಳಿಂದಲೂ ಮ್ಯಾನೇಜರ್ ಆಗಿ ಸೇವೆ ಸಲ್ಲಿಸುತ್ತಿದ್ದೇನೆ. ನಿಮ್ಮ ಹೊಸ ಶಾಖೆಯು ನಮ್ಮ ಮನೆಗೆ ತೀರಾ ಹತ್ತಿರ ಇರುವುದರಿಂದ ನಿಮ್ಮ ಸಂಸ್ಥೆಯ ಪುರೋಭಿವೃದ್ಧಿಯ ಬಗ್ಗೆ ಬಹುವೆಡೆಗಳಿಂದ ನಾನು ಕೇಳುತ್ತಿರುವುದರಿಂದ ಅಂತಹ ಸಂಸ್ಥೆಯಲ್ಲಿ ಸೇವೆ ಸಲ್ಲಿಸಲು ಬಯಸುತ್ತಿದ್ದೇನೆ. ಸಂಬಂಧಿಸಿದ ಬಯೋಡೇಟಾಗಳನ್ನು ಈ ಅರ್ಜಿಯೊಂದಿಗೆ ತಮ್ಮ ಅವಗಾಹನೆಗಾಗಿ ರವಾನಿಸುತ್ತಿದ್ದೇನೆ.

ನನ್ನನ್ನು ನಿಮ್ಮ ಹೊಸ ಶಾಖೆಯ ಮ್ಯಾನೇಜರ್ ಹುದ್ದೆಗೆ ನೇಮಿಸಿಕೊಳ್ಳಲು ವಿನಮ್ರತೆಯೊಂದಿಗೆ ವಿನಂತಿಸಿಕೊಳ್ಳುತ್ತಿದ್ದೇನೆ.

ಇಂತಿ ವಂದನೆಗಳೊಂದಿಗೆ,
ತಮ್ಮ ವಿಶ್ವಾಸಿ
(ರುಜು)...............

ನಮೂನೆ–2: ಬೆರಳಚ್ಚು ಹಾಗೂ ಶೀಘ್ರಲಿಪಿಗಾತಿ ಮತ್ತು ಸಹಾಯಕಿ ಹುದ್ದೆಗಾಗಿ ಅರ್ಜಿ.

ಇವರಿಗೆ   ಇವರಿಂದ

ವ್ಯವಸ್ಥಾಪಕರು,   ಕುಮಾರಿ ಎನ್. ಪಾಣಿ,

ಕರ್ನಾಟಕ ಎಂಟರ್‌ಪ್ರೈಸಸ್   48, 1ನೇ ಅಡ್ಡರಸ್ತೆ,

ದಾವಣಗೆರೆ,   4ನೇ ಮುಖ್ಯರಸ್ತೆ,

ಚಿತ್ರದುರ್ಗ ಜಿಲ್ಲೆ   ಜಯನಗರ 'ಎ' ಬ್ಲಾಕ್

                                            ಬೆಂಗಳೂರು–560 011

ಮಾನ್ಯರೇ,   ತಾ||........................

        ದಿನಾಂಕ............ರಂದು.......... ವಾರ.... ಪತ್ರಿಕೆಯಲ್ಲಿ ಪ್ರಕಟವಾದ
ತಮ್ಮ ಸಂಸ್ಥೆಯ ಉದ್ಯೋಗ ಪ್ರಕಟಣೆಯನ್ನು ಓದಿದೆ. ಬೆರಳಚ್ಚು ಮತ್ತು
ಶೀಘ್ರಲಿಪಿಯಲ್ಲಿ ಪರಿಣತಿ ಎನಿಸಿರುವ ಸಹಾಯಕಿ (ಟೈಪಿಸ್ಟ್‌–ಕಂ– ಪರ್ಸನಲ್
ಅಸಿಸ್ಟಂಟ್) ಹುದ್ದೆಗಾಗಿ ಅಭ್ಯರ್ಥಿಗಳನ್ನು ಆಹ್ವಾನಿಸಿರುವುದನ್ನು ಓದಿ ತಿಳಿದೆ.

        ನಾನು ಬೆಂಗಳೂರು ವಿಶ್ವವಿದ್ಯಾನಿಲಯದಿಂದ ಬಿ.ಕಾಮ್. ಪದವೀಧರೆ
ಆಗಿದ್ದು, ಸೀನಿಯರ್ ಟೈಪ್‌ರೈಟಿಂಗ್ ಹಾಗೂ ಸೀನಿಯರ್ ಶೀಘ್ರಲಿಪಿಯಲ್ಲಿ
ಎರಡನೆಯ ತರಗತಿಯಲ್ಲಿ ಉತ್ತೀರ್ಣಳಾಗಿದ್ದೇನೆ. ನನ್ನ ವೈಯಕ್ತಿಕ ವಿವರಗಳು
(ಬಯೋಡೇಟಾ), ಪದವಿ ಸರ್ಟಿಫಿಕೇಟ್ ಹಾಗೂ ಸ್ಪರ್ಧೆಗಳಲ್ಲಿ ಪಡೆದ ಪ್ರಶಸ್ತಿ
ಪತ್ರಗಳ ಜೆರಾಕ್ಸ್ ಪ್ರತಿಗಳನ್ನು ಇದರೊಂದಿಗೆ ಲಗತ್ತಿಸಿದ್ದೇನೆ. ನನಗೆ ನಿಮ್ಮ
ಸಂಸ್ಥೆಯಲ್ಲಿ ಸೇವೆ ಸಲ್ಲಿಸುವ ಅವಕಾಶವನ್ನು ಕಲ್ಪಿಸಿಕೊಡುವಿರೆಂದು ನಂಬಿದ್ದೇನೆ.

                                            ತಮ್ಮ ವಿಶ್ವಾಸಿ,

                                            (ಸಹಿ)........................

ಲಗತ್ತಿಸಿರುವ ಪತ್ರಗಳು:

1. ಹುಟ್ಟಿದ ತಾರೀಖು ಇರುವ ಎಸ್.ಎಸ್.ಎಲ್.ಸಿ. ಸರ್ಟಿಫಿಕೇಟಿನ ನಕಲು.

2. ಬಿ.ಕಾಮ್. ಪರೀಕ್ಷೆಯ ಅಂಕಪಟ್ಟಿಯ ನಕಲು.

3. ಬೆರಳಚ್ಚು, ಶೀಘ್ರಲಿಪಿ ಪರೀಕ್ಷೆಗಳ ಅಂಕಪಟ್ಟಿಯ ನಕಲುಗಳು.

4. ಕ್ರೀಡೆಗಳಲ್ಲಿ ಡಿಬೇಟ್‌ನಲ್ಲಿ ಬಂದಿರುವ ಪ್ರಶಸ್ತಿ ಪತ್ರಗಳ ನಕಲುಗಳು.

ನಮೂನೆ-3 : ಖಾಸಗಿ ಪ್ರೌಢಶಾಲೆಯಲ್ಲಿ ಹಿಂದಿ ಅಧ್ಯಾಪಕ ವೃತ್ತಿಗಾಗಿ ಮನವಿ.

ಇವರಿಗೆ
ಸಂಚಾಲಕರ ಸಂಸ್ಥೆ,
(ಕರ್ನಾಟಕ ಸರ್ಕಾರದಿಂದ ಅಧಿಕೃತ ಮಾನ್ಯತೆ ಪಡೆದಿದೆ),
ಟೋಲ್‌ಗೇಟ್ ಹತ್ತಿರ,
ಮಾಗಡಿ ರಸ್ತೆ,
ಬೆಂಗಳೂರು-560 022

ಇವರಿಂದ
ಪಿ.ವಿ. ನರೇಂದ್ರನಾಥ,
ಮೇಲ್ವಿಚಾರಕ,
ಕಾವೇರಿ ಏಜೆನ್ಸಿ,
ವಿದ್ಯಾರಣ್ಯಪುರ, ಹಾಸನ
ತಾ||...................

ಮಾನ್ಯರೇ,

ದಿನಾಂಕ..................ವಾರ...............ದ ಉದ್ಯೋಗ ಮಾಹಿತಿ ಪತ್ರಿಕೆಯಲ್ಲಿ ತಮ್ಮ ಸಂಸ್ಥೆಯ ಮಾಹಿತಿ ''ಹಿಂದಿ ಶಿಕ್ಷಕರು ಬೇಕಾಗಿದ್ದಾರೆ'' ಎಂಬ ವಿಭಾಗವನ್ನು ಓದಿದೆ.

ನಾನು ಬೆಂಗಳೂರು ವಿಶ್ವವಿದ್ಯಾನಿಲಯದಲ್ಲಿ ಎಂ.ಎ. (ಹಿಂದಿ) ಸ್ನಾತಕೋತ್ತರ ಪರೀಕ್ಷೆಯಲ್ಲಿ ಪ್ರಥಮ ಶ್ರೇಣಿಯಲ್ಲಿ ಉತ್ತೀರ್ಣನಾಗಿದ್ದೇನೆ. ಬಿ.ಎಡ್. ಪರೀಕ್ಷೆಯಲ್ಲೂ ಇದೇ ತಾನೇ ಎರಡನೆಯ ಶ್ರೇಣಿಯಲ್ಲಿ ಉತ್ತೀರ್ಣನಾಗಿದ್ದೇನೆ. ಜೊತೆಗೆ ಮೈಸೂರು ಹಿಂದಿ ಪ್ರಚಾರ ಪರಿಷದ್‌ನ ಹಿಂದಿ ರತ್ನ (ಡಿಗ್ರಿ) ಪರೀಕ್ಷೆಯಲ್ಲಿಯೂ ಪ್ರಥಮ ಶ್ರೇಣಿಯಲ್ಲಿಯೇ ಉತ್ತೀರ್ಣನಾಗಿದ್ದು ''ಹಿಂದಿ ಶಿಕ್ಷಕ'' (ಬಿ.ಎಡ್.ಗೆ ಸಮ) ಪರೀಕ್ಷೆಯಲ್ಲಿಯೂ ಪ್ರಥಮ ಶ್ರೇಣಿಯಲ್ಲಿಯೇ ಉತ್ತೀರ್ಣನಾಗಿದ್ದೇನೆ.

ಪ್ರಸ್ತುತ ಸರಿಯಾದ ಹುದ್ದೆ ದೊರೆಯದೆ, ಮೇಲೆ ತಿಳಿಸಿರುವಂತೆ ಕಾವೇರಿ ಏಜೆನ್ಸಿಯಲ್ಲಿ ಮೇಲ್ವಿಚಾರಕನಾಗಿ ಸೇವೆ ಸಲ್ಲಿಸುತ್ತಿದ್ದೇನೆ. ನನಗೆ ವಿದ್ಯಾ ಇಲಾಖೆಯಲ್ಲಿಯೇ ಅದರಲ್ಲೂ ಶಿಕ್ಷಕನಾಗಿಯೇ ಸೇವೆ ಸಲ್ಲಿಸುವ ಹೆಬ್ಬಯಕೆ ಮೊದಲಿಂದಲೂ ಇದೆ. ಆದ್ದರಿಂದ ತಾವು ನನಗೆ ಮೇಲ್ಕಂಡ 'ಹಿಂದಿ ಶಿಕ್ಷಕ' ಹುದ್ದೆಯಲ್ಲಿ ನೇಮಕ ಮಾಡಿ, ನನ್ನ ಮನದಾಸೆಯನ್ನು ಈಡೇರಿಸುವಿರೆಂದು ನಂಬಿದ್ದೇನೆ.

ಇಂತಿ ವಿಶ್ವಾಸದೊಂದಿಗೆ,
(ರುಜು)...............

ಸೇರ್ಪಡಿಸಿರುವ ಪತ್ರಗಳು:

1. ಎಂ.ಎ. ಸರ್ಟಿಫಿಕೇಟ್ ನಕಲು
2. ಬಿ.ಎಡ್. ಸರ್ಟಿಫಿಕೇಟ್ ನಕಲು
3. ಹಿಂದಿರತ್ನ, ಹಿಂದಿ ಶಿಕ್ಷಕ ಪರೀಕ್ಷೆಗಳ ನಕಲುಗಳು
4. ಗಣ್ಯ ಪುರುಷರಿಂದ ''ನಡತೆ''ಯ ಬಗ್ಗೆ ಸರ್ಟಿಫಿಕೇಟುಗಳು.

───────

ವಿಶೇಷ ಸೂಚನೆಗಳು:

1. ಉದ್ಯೋಗದ ಅರ್ಜಿಗಳು ಸಾಮಾನ್ಯವಾಗಿ ಲಂಬಿಸಿರುವುದಿಲ್ಲ. ಈಗಂತೂ ವಿಶೇಷ ರೀತಿಯಲ್ಲಿ ಮುದ್ರಿಸಲ್ಪಟ್ಟಿರುವ ಅರ್ಜಿಯ ಫಾರಂಗಳೇ ಅಂಗಡಿಗಳಲ್ಲಿ ದೊರಕುವುವು. ಹಲವೊಮ್ಮೆ ನಿಗದಿತ ಅರ್ಜಿಯ ಫಾರಂಗಾಗಿ ನಿರ್ದಿಷ್ಟ ಹಣವನ್ನು ತಲುಪಿಸಲು, ಮಾಹಿತಿಯಲ್ಲಿ ಮೊದಲೇ ತಿಳಿಸಿರುತ್ತಾರೆ.

2. ಕೆಲವು ಕಡೆ ನಿಮ್ಮ ವ್ಯಕ್ತಿತ್ವವನ್ನು ಅಂದಾಜು ಮಾಡಲು ನಿಗಾ ಕೊಡುವುದೂ ಉಂಟು. ಉದಾಹರಣೆಗೆ ಸೇಲ್ಸ್‌ಗರ್ಲ್, ವಿಮಾ ಏಜೆಂಟರು, ಟೆಲಿಫೋನ್ ಆಪರೇಟರ್ ಇಂತಹ ಹುದ್ದೆಗಳಿಗಾಗಿ ಕರೆಗಳು ಬಂದಾಗ ಆಕರ್ಷಕ ಹಾಗೂ ಸುಂದರ ವ್ಯಕ್ತಿತ್ವದ ಅವಶ್ಯಕತೆಯೂ ಇರುವುದುಂಟು. ಆಗ ನೀವು ಕಳುಹಿಸುವ ಅರ್ಜಿಗಳೊಂದಿಗೆ ಇತ್ತೀಚಿನ ಆಕರ್ಷಕ ಭಾವಚಿತ್ರಗಳನ್ನು ಅರ್ಜಿಯೊಂದಿಗೆ ಲಗತ್ತಿಸಿ ಕಳುಹಿಸ ಬೇಕಾಗುವುದು.

3. ಉದ್ಯೋಗಕ್ಕೆ ಸಂಬಂಧಿಸಿದ ಅರ್ಜಿಯನ್ನು ಬರೆಯುವಾಗ ತಪ್ಪಿಲ್ಲದೆ, ಕ್ರಮಬದ್ಧ ವಾಕ್ಯಗಳೊಂದಿಗೆ, ವ್ಯಾಕರಣಬದ್ಧವಾಗಿ ಬರೆಯುವುದು ಅತ್ಯವಶ್ಯಕ. ಕಾರಣ ಕೆಲಸವನ್ನು ಒದಗಿಸುವ ಸಂಸ್ಥೆ ಹಾಗೂ ಸಂಬಂಧಿಸಿದ ವ್ಯಕ್ತಿ ನೀವು ಬರೆದಿರುವ ಅರ್ಜಿಯಲ್ಲಿ ಪ್ರತಿಯೊಂದು ಅಕ್ಷರವನ್ನೂ, ತಪ್ಪುಗಳಿವೆಯೇ ಎಂದು ಪರೀಕ್ಷಿಸಿ ನೋಡುವುದು ಸಹಜ. ನಿಮ್ಮ ಅಂದವಾದ ಬರವಣಿಗೆ, ಶೈಲಿ, ಪದಪ್ರಯೋಗ ಮೊದಲಾದವುಗಳ

ಮೇಲೂ ಗಮನಹರಿಸಿ, ಆನಂತರ ನಿಮಗೆ ಕೆಲಸ ಕೊಡುವ/ಬಿಡುವ ಬಗ್ಗೆ ಯೋಚಿಸಲಾಗುವುದು.

4. ಸಂದರ್ಶನಕ್ಕಾಗಿ ಕರೆ ಬಂದಾಗಲೂ ಮುನ್ನೆಚ್ಚರಿಕೆ ಅತ್ಯಗತ್ಯ. ನೀವು ಸಂದರ್ಶನಕ್ಕೆ ಹೋಗುವಾಗ ಸರಳವಾದರೂ, ವ್ಯಕ್ತಿತ್ವಕ್ಕೆ ಹೊಂದುವ ಉಡುಪಿನ ಧಾರಣೆಯೂ ಅನಿವಾರ್ಯ. ಇದರಿಂದ ನಿಮ್ಮನ್ನು ಕಂಡಕೂಡಲೇ ಸಂದರ್ಶಿಸುವ ಅಧಿಕಾರಿಗಳಿಗೆ ಒಳ್ಳೆಯ ಅಭಿಪ್ರಾಯ (ಇಂಪ್ರೆಷನ್) ಮೂಡುವುದು.

5. ಜೊತೆಗೆ ಸಂದರ್ಶನಕ್ಕಾಗಿ ಪೂರ್ಣ ಸಿದ್ಧತೆಯೂ ಇರಬೇಕು. ಸಾಮಾನ್ಯ ಜ್ಞಾನಕ್ಕೆ ಸಂಬಂಧಿಸಿದ ವಿಚಾರಗಳ ಬಗ್ಗೆ ಅರಿತಿರುವುದೊಳ್ಳೆಯದು. ಇದರ ಬಗ್ಗೆಯೂ ಹುದ್ದೆಗಾಗಿ ನಿಮ್ಮ ಅರ್ಹತೆಯ ಮಟ್ಟವನ್ನು ಅರಿಯಲಾಗುವುದು.

6. ಸಾಮಾನ್ಯವಾಗಿ ಉದ್ಯೋಗಗಳಲ್ಲಿ ಮುಖ್ಯವಾಗಿ ದೊಡ್ಡ ಹುದ್ದೆಗಳಿಗಾಗಿ ಭೇಟಿಕೊಟ್ಟಾಗ, ಇಂಗ್ಲಿಷ್‌ನಲ್ಲಿಯೇ ಖಾಸಗಿ ವಲಯಗಳಲ್ಲಿ ಪ್ರಶ್ನಿಸುವುದು ರೂಢಿ. ಆದ್ದರಿಂದ ಇಂಗ್ಲಿಷ್ ಭಾಷೆಯ ಬಗ್ಗೆಯೂ ಸಾಮಾನ್ಯವಾದ ಪಾಂಡಿತ್ಯವನ್ನಾದರೂ 'ಪಡೆದಿರಬೇಕು'. ಹಿಂದಿ ಭಾಷೆಯ ಜ್ಞಾನವೂ ಇದ್ದರೆ ಇನ್ನೂ ಅನುಕೂಲ. ಸ್ಥಳೀಯ ಭಾಷೆಯ ಜ್ಞಾನವಂತೂ ಅತೀ ಮುಖ್ಯ.

7. ಮನವಿಯ ಅರ್ಜಿಯನ್ನು ಬರೆಯುವಾಗ ಬಳಸುವ ಭಾಷೆ ಹೆಚ್ಚು ಸರಳವಾಗಿರಬೇಕು. ವಾಸ್ತವಿಕೆಯಿಂದ ಕೂಡಿರಬೇಕು. ಯಾವ ವ್ಯಕ್ತಿಗೆ ಮನವಿಯನ್ನು ಅರ್ಪಿಸುತ್ತಿದ್ದೇವೆಯೋ ಆ ವ್ಯಕ್ತಿಯನ್ನು ಕುರಿತು ಸಂಬೋಧಿ ಸುವಾಗ ಹೆಚ್ಚು ಗೌರವಾದರದ ಸೂಚಕ ಎನಿಸುವ ಪದಗಳನ್ನೇ ಬಳಸುವುದು ಮನವಿ ಪತ್ರದ ಮುಖ್ಯ ಲಕ್ಷಣ.

ನಮೂನೆ-4 : ಪ್ರೌಢಶಾಲೆಯ ವಿದ್ಯಾರ್ಥಿಯ ವಿದ್ಯಾರ್ಥಿ ವೇತನಕ್ಕಾಗಿ
ಕಳುಹಿಸುವ ಮನವಿ ಪತ್ರ.

ಇವರಿಂದ   ಇವರಿಗೆ
ಮುಖ್ಯಾಧಿಕಾರಿ ಅವರು,   ಸಿದ್ದರಾಮಯ್ಯ,
ಸಮಾಜ ಕಲ್ಯಾಣ ಕೇಂದ್ರ, ,   9ನೇ ತರಗತಿ 'ಬಿ' ವಿಭಾಗ,
ವಿಶ್ವೇಶ್ವರಯ್ಯ ಮಿನಿ ಗೋಪುರ,   ಸರ್ವೋದಯ ಪ್ರೌಢಶಾಲೆ,
ಅಂಬೇಡ್ಕರ್ ರಸ್ತೆ,   ಅಲಸೂರು,
ಬೆಂಗಳೂರು-560 001   ಬೆಂಗಳೂರು ನಗರ

ತಾ।।.....................

ವಿಷಯ : ವಿದ್ಯಾರ್ಥಿ ವೇತನಕ್ಕಾಗಿ ಮನವಿ.

ಸಹೃದಯರೇ,

ಬೆಂಗಳೂರು ನಗರದ ಅಲಸೂರಿನ ಸರ್ವೋದಯ ಪ್ರೌಢಶಾಲೆಯಲ್ಲಿ 9ನೆಯ ತರಗತಿಯಲ್ಲಿ ವ್ಯಾಸಂಗ ಮಾಡುತ್ತಿರುವ ಬಡ ಹರಿಜನ ವಿದ್ಯಾರ್ಥಿ.

ತಂದೆ ಇಲ್ಲದ ನಾನು ವಿಧವೆ ತಾಯಿಯೊಂದಿಗೆ ಅಲಸೂರಿನ ಕೊಳಚೆ ಪಾಳ್ಯದ ಗುಡಿಸಲಿನಲ್ಲಿ ವಾಸಿಸುತ್ತಿದ್ದು, ವಿದ್ಯಾಭ್ಯಾಸವನ್ನು ಮುಂದುವರಿಸಿಕೊಂಡು ಬಂದಿದ್ದೇನೆ. ನನ್ನ ತಾಯಿ ಅಲ್ಲಲ್ಲಿ ದಿನಗೂಲಿ ಮಾಡುತ್ತಿದ್ದಾರೆ. ಇದುವರೆಗೂ ನಾನು ಯಾವ ತರಗತಿಯಲ್ಲಿಯೂ ಅನುತ್ತೀರ್ಣವೆನಿಸದೆ ಪರೀಕ್ಷೆಗಳಲ್ಲಿ ಉತ್ತಮ ರೀತಿಯ ಅಂಕಗಳನ್ನೇ ಪಡೆಯುತ್ತಾ ಬರುತ್ತಿದ್ದೇನೆ. ಶಾಲೆಯ ಅಧ್ಯಾಪಕರು ಹಾಗೂ ವಿದ್ಯಾರ್ಥಿಗಳೊಂದಿಗೆ ವಿನಮ್ರತೆಯಿಂದಲೇ ವರ್ತಿಸುತ್ತಿದ್ದೇನೆ..

ಈಗ ನಮ್ಮ ಮನೆಯ ಆರ್ಥಿಕ ದುಃಸ್ಥಿತಿಯ ಕಾರಣ ಶಾಲೆಯ ಶುಲ್ಕವನ್ನು ತುಂಬಲು ಹಾಗೂ ಪುಸ್ತಕಗಳನ್ನು ಕೊಂಡುಕೊಳ್ಳಲೂ ಸಹ ಸಾಧ್ಯ ಇಲ್ಲದೆ ಹಣದ ಮುಗ್ಗಟ್ಟು ನನ್ನನ್ನು ಜೀವನದ ಮುನ್ನಡೆಯಲ್ಲಿ ಹೆಜ್ಜೆಹೆಜ್ಜೆಗೂ ಮುಗ್ಗರಿಸುವಂತೆ ಮಾಡುತ್ತಿದೆ.

ಆದಕಾರಣ ಸಹೃದಯರಾದ ತಾವು ನನಗೆ ವಿದ್ಯಾರ್ಥಿ ವೇತನದ ಹಣವನ್ನು

ಮಂಜೂರು ಮಾಡಿ, ವಿದ್ಯಾರ್ಜನೆಯ ಮಾರ್ಗದಲ್ಲಿ ಮುಂದುವರಿಯಲು ಅನುಕೂಲ ಮಾಡಿಕೊಡಬೇಕೆಂದು ವಿನಯ-ವಿಮ್ರತೆಯೊಂದಿಗೆ ಪ್ರಾರ್ಥಿಸುತ್ತೇನೆ.

ಇಂತಿ ವಿನಮ್ರತೆಯೊಂದಿಗೆ,

(ಸಹಿ)..................

ನಮೂನೆ-5: ಪ್ರತಿವರ್ಷವೂ ನಡೆಯುತ್ತಿದ್ದ ಮಾರಿಕಾಂಬ ಜಾತ್ರೆಯನ್ನು ತಡೆದಿರುವುದನ್ನು ವಿರೋಧಿಸಿ ಈ ವರ್ಷವೂ ನಡೆಸಲು ಅನುಮತಿ ನೀಡಲು ಮನವಿ ಪತ್ರ

ಇವರಿಗೆ
ತಹಸೀಲ್ದಾರ್ ಅವರು ಹಾಗೂ
ದಂಡಾಧಿಕಾರಿಗಳು,
ಕನಕಪುರ ತಾಲ್ಲೂಕು ಕಛೇರಿ,
ಕನಕಪುರ,
ಬೆಂಗಳೂರು ಜಿಲ್ಲೆ

ಇವರಿಂದ
ಧರ್ಮದರ್ಶಿಗಳು,
ಸ್ಥಳೀಯ ಜನರು,
ತೇರಿನ ಬೀದಿ, ಕನಕಪುರ,
ಬೆಂಗಳೂರು ಜಿಲ್ಲೆ
ತಾ||.....................

ವಿಷಯ : ತಡೆಹಿಡಿದಿರುವ ಜಾತ್ರೆಯನ್ನು ನಡೆಸಲು ಅನುಮತಿ ನೀಡುವುದರ ಬಗ್ಗೆ.

ಸನ್ಮಾನ್ಯರೇ,

ನಮ್ಮೂರಿನ ಪ್ರಸಿದ್ಧ ಮಾರಿಕಾಂಬಾ ದೇವಾಲಯದ ಬಗ್ಗೆ ನೂರಾರು ವರ್ಷಗಳ ಇತಿಹಾಸ ಇದ್ದು, ಅಂದಿನಿಂದಿನವರೆಗೆ ಅನೂಚಾನವಾಗಿ ಮಾಘ ಮಾಸದ ಮೊದಲ ಮಂಗಳವಾರದಿಂದ ಒಂದು ವಾರದ ಕಾಲ ಶ್ರೀ ಮಾರಿಕಾಂಬಾ ದೇವಿಯ ರಥೋತ್ಸವ, ಪಲ್ಲಕ್ಕಿ ಉತ್ಸವ, ವಿಶೇಷ ಪೂಜೆಗಳೇ ಅಲ್ಲದೆ ದನಗಳ ಜಾತ್ರೆಯೂ ನಿರಾತಂಕವಾಗಿ ನಡೆದುಕೊಂಡು ಬರುತ್ತಿರುವುದು ಸರ್ವವೇದ್ಯ ವಿಚಾರವೇ ಆಗಿದೆ. ಇದಕ್ಕಾಗಿ ಊರ ಪ್ರಮುಖರ, ಭಕ್ತ ಜನರ ಒಗ್ಗಟ್ಟು ಹಾಗೂ ಸಹಕಾರ ಮನೋಭಾವನೆಯೇ

ಕಾರಣವಾಗಿದ್ದು, ಇದುವರೆಗೆ ಈ ಸಾರ್ವಜನಿಕ ಕಾರ್ಯಕ್ಕೆ ಯಾವ ಅಡ್ಡಿ-ಆತಂಕವೂ ಬಂದಿರಲಿಲ್ಲ.

ಆದರೆ ಈ ಬಾರಿ ರಾಜಕೀಯದ ಕಾರಣ ಊರಿನಲ್ಲಿದ್ದ ಭಾವೈಕ್ಯತೆಯು ಒಡೆದು, ಆಸ್ತಿಕ ಜನರು ಎರಡು ಪಂಗಡಗಳಲ್ಲಿ ಹಂಚಿಹೋಗಿದ್ದಾರೆ. ಇವರಲ್ಲಿ ಒಂದು ಪಂಗಡದವರು ಜಾತ್ರೆಯನ್ನು ನಡೆಸಗೊಡುವುದಿಲ್ಲವೆಂದು ಬೆದರಿಕೆ ಹಾಕುತ್ತಿದ್ದಾರೆ. ಇಂತಹ ಸಮಾಜ ವಿರೋಧೀಶಕ್ತಿಯ ಉದ್ಭವದಿಂದ ಜಾತ್ರೆ ನಡೆಸುವ ಬಗ್ಗೆ ಗಾಬರಿಯೂ ಜನರಲ್ಲಿ ಎದ್ದು ಕಾಣುತ್ತಿದೆ.

ತಾಲ್ಲೂಕಿನ ತಂದೆಯವರೂ, ದಂಡಾಧಿಕಾರಿಗಳೂ ಆದ ತಾವು ಈ ಬಾರಿ ಜಾತ್ರೆಯ ಸಮಯದಲ್ಲಿ ವಿಶೇಷ ರೀತಿಯ ರಕ್ಷಣೆಯನ್ನು ನೀಡಿ, ಜಾತ್ರೆ ಹಾಗೂ ಪೂಜಾಕಾರ್ಯಗಳು ಎಂದಿನಂತೆ ಸುಲಲಿತವಾಗಿ ನಡೆಯಲು ಅನುಮಾಡಿಕೊಡಲು ವಿನಯದಿಂದ ಪ್ರಾರ್ಥಿಸಿಕೊಳ್ಳುತ್ತೇವೆ.

ತಮ್ಮ ವಿಶ್ವಾಸಿಗಳಾದ,

ದೇವಾಲಯದ ಧರ್ಮದರ್ಶಿ ಮಂಡಲಿಯ ಪರವಾಗಿ,

(ರುಜು) ಧರ್ಮದರ್ಶಿಗಳು ಹಾಗೂ ಊರ ಜನರು

ನಮೂನೆ-6 : ಗ್ರಾಮಕ್ಕೆ ಆಸ್ಪತ್ರೆ ಹಾಗೂ ಶಾಲೆಗೆ ಒಂದು ಹೆಚ್ಚುವರಿ ಕೊಠಡಿಯನ್ನು ನಿರ್ಮಿಸಿಕೊಡುವ ಬಗ್ಗೆ ಸ್ಥಳೀಯ ಶಾಸಕರಲ್ಲಿ ಮನವಿ

ಇವರಿಗೆ
ಶ್ರೀಯುತ ವಿ.ಎಸ್. ಕೃಷ್ಣಯ್ಯರ್,
ಶಾಸಕರು ಹಾಗೂ ಮಾಜಿ ಮಂತ್ರಿಯವರು,
ಬಸವನಗುಡಿ ಕ್ಷೇತ್ರ,
ಬೆಂಗಳೂರು-560 004

ಇವರಿಂದ
ಗ್ರಾಮ ನಿವಾಸಿಗಳು
ವಸಂತಪುರ
ಬಿದರಹಳ್ಳಿ ಹೋಬಳಿ
ಬೆಂಗಳೂರು ದಕ್ಷಿಣ ತಾಲ್ಲೂಕು
ಬೆಂಗಳೂರು ಸಿಟಿ ಜಿಲ್ಲೆ
ತಾ||....................

ವಿಷಯ : ನಮ್ಮ ಗ್ರಾಮಕ್ಕೆ ಒಂದು ಲೋಕಲ್ ಫಂಡ್ ಆಸ್ಪತ್ರೆ ಹಾಗೂ ಪ್ರೌಢಶಾಲೆಗೆ ಒಂದು ಹೆಚ್ಚುವರಿ ಕೊಠಡಿಯನ್ನು ನಿರ್ಮಿಸಿಕೊಡಲು ಮನವಿ.

ಸನ್ಮಾನ್ಯರೇ,

.... ಗ್ರಾಮದ ಜನರು ತಮ್ಮಲ್ಲಿ ಗೌರವಾದರದೊಂದಿಗೆ ಮನವಿ ಮಾಡಿಕೊಳ್ಳುವುದೇನೆಂದರೆ,

ತಾವು ಚುನಾವಣೆಯ ಸಮಯದಲ್ಲಿ ನಮ್ಮೂರಿನ ಜನರನ್ನು ಸಂದರ್ಶಿಸಿದ್ದಾಗ ತಾವು ಶಾಸಕರಾಗಿ ಚುನಾಯಿತರಾಗಿ ಬಂದ ನಂತರ, ಜನರ ಏನೇ ಕುಂದುಕೊರತೆ ಇದ್ದರೂ ನಿವಾರಿಸಲು ಮಾತುಕೊಟ್ಟಿದ್ದುದು ಸರಿಯಷ್ಟೆ.

ಈಗ ನಮ್ಮ ಗ್ರಾಮದಿಂದ ಆರೋಗ್ಯ ಕೇಂದ್ರ ಆಸ್ಪತ್ರೆ ಹತ್ತಾರು ಮೈಲಿಗಳ ದೂರವಿದ್ದು, ರೋಗಿಗಳಿಗೆ, ವೃದ್ಧರಿಗೆ, ಮಹಿಳೆಯರು ಹಾಗೂ ಮಕ್ಕಳಿಗೆ ಹೋಗಿ ಬರುವುದು ತುಂಬಾ ದುಸ್ತರ ಎನಿಸಿದೆ. ಬಸ್ಸುಗಳ ಓಡಾಟವೂ ತುಂಬಾ ಅವ್ಯವಸ್ಥಿತವಾಗಿದೆ. ಆದ್ದರಿಂದ ನಮ್ಮ ಕ್ಷೇತ್ರದ ಶಾಸಕರಾದ ತಾವು, ನಮ್ಮ ಹಳ್ಳಿಯ ಬಡ ಜನರ ಬಗ್ಗೆ ಕೃಪೆ ತೋರಿ, ಒಂದು ಲೋಕಲ್ ಫಂಡ್ ಆಸ್ಪತ್ರೆಯ ನಿರ್ಮಾಣವನ್ನಾದರೂ ಮಾಡಿಸಿಕೊಡಬೇಕೆಂದು, ಕಳಕಳಿಯಿಂದ ಕೇಳಿಕೊಳ್ಳುತ್ತೇವೆ.

ಅಲ್ಲದೆ ನಮ್ಮ ಗ್ರಾಮದ ಸರ್ಕಾರಿ ಪ್ರೌಢಶಾಲೆಯಲ್ಲಿ ಪ್ರತಿ ವರ್ಷವೂ ಎಸ್.ಎಸ್.ಎಲ್.ಸಿ. ಪರೀಕ್ಷೆಯಲ್ಲಿ ಸರಾಸರಿ ಎಂಭತ್ತರಷ್ಟು ಮಂದಿ ಉತ್ತೀರ್ಣರಾಗುತ್ತಿರುವುದು ನಿಮಗೆ ವೇದ್ಯ ವಿಚಾರವೇ ಆಗಿದೆ. ಈಗ ವಿದ್ಯಾರ್ಥಿಗಳ ಸಂಖ್ಯೆ ವಿಪರೀತವಾಗಿದ್ದು, ತರಗತಿಗಳಲ್ಲಿ ಪಾಠ ಮಾಡುವುದೇ ಉಪಾಧ್ಯಾಯರಿಗೆ ಕಷ್ಟವೆನಿಸುತ್ತಿದೆ. ಅಲ್ಲದೆ ವಿದ್ಯಾರ್ಥಿಗಳಿಗೂ ಸುಗಮ ರೀತಿಯಲ್ಲಿ ಕೂಡಲು ಶ್ರಮಸಾಧ್ಯವಾಗಿ ವ್ಯಾಸಂಗದ ಕಡೆಯ ಅವಧಾನ ಅಧ್ವಾನ ಆಗುತ್ತಿದೆ. ಆದ್ದರಿಂದ ತಾವು ಮನಸ್ಸು ಮಾಡಿ ಸರ್ಕಾರದ ನೆರವಿನಿಂದಲಾದರೂ ಸರಿ, ಸಾರ್ವಜನಿಕರ ಸಹಕಾರದಿಂದಲಾದರೂ ಸರಿ, ಒಂದು ಹೆಚ್ಚುವರಿ ಕೊಠಡಿಯನ್ನು ಸದ್ಯಕ್ಕೆ ಕಟ್ಟಿಸಿಕೊಡಬೇಕೆಂದು ವಿನಮ್ರತೆಯೊಂದಿಗೆ ವಿನಂತಿಸಿಕೊಳ್ಳುತ್ತೇವೆ.

ತಮ್ಮ ಹಿತೈಷಿಗಳಾದ,

(ರುಜುಗಳು)   1. ....

2. ....

3. ....

4. ....

5. ....

6. ....

7. ....

8. ....

9. ....

10. ....

ನಮೂನೆ-7 : ಬದಲಾಗಿರುವ ವಿಳಾಸಕ್ಕೆ ಪತ್ರಗಳನ್ನು ಕಳುಹಿಸಿಕೊಡಲು
           ಮನವಿ ಪತ್ರ .

ಇವರಿಗೆ
ಅಂಚೆ ನಿರ್ವಾಹಕರು,
ಹನುಮಂತನಗರ,
ಬೆಂಗಳೂರು-560 019

   ವಿಷಯ : ಬದಲಾಗಿರುವ ವಿಳಾಸಕ್ಕೆ ಪತ್ರಗಳು ತಲುಪಿಸಲು ಮನವಿ.

ಸನ್ಮಾನ್ಯರೇ,

      ಎನ್. ರಘುನಾಥರಾವ್ ಎಂಬ ಹೆಸರಿನ ನಾನು ನನ್ನ ಪರಿವಾರದೊಂದಿಗೆ
ಮನೆಯ ಸಂಖ್ಯೆ 136, 50ನೆಯ ಅಡಿ ಮುಖ್ಯರಸ್ತೆ , ಹನುಮಂತನಗರದಲ್ಲಿ
ವಾಸವಾಗಿದ್ದೆ. ಈಗ ಅನಿವಾರ್ಯ ನಿಮಿತ್ತ ಗಿರಿನಗರದಲ್ಲಿರುವ ಮನೆಯಲ್ಲಿ
ವಾಸಿಸುತ್ತಿದ್ದೇನೆ. ನನ್ನ ಕೆಲವರು ಪರಿಚಿತರಿಗೆ ಈಗಾಗಲೇ ನನ್ನ ಬದಲಾಗಿರುವ
ವಿಳಾಸದ ವಿವರವನ್ನು ನೀಡಿದ್ದೇನೆ. ಇಷ್ಟಾದರೂ ಕೆಲವು ಪತ್ರಗಳು ಹಳೆಯ
ವಿಳಾಸಕ್ಕೇ ಬರುವ ಸಾಧ್ಯತೆ ಹಾಗೂ ಸಂಭವಗಳು ಕಂಡುಬರುತ್ತಿವೆ.

      ಆದ್ದರಿಂದ ಹಾಗೇನಾದರೂ ಬಂದ ಪಕ್ಷದಲ್ಲಿ ನನ್ನ ಬದಲಾಗಿರುವ ಕೆಳಕಂಡ
ವಿಳಾಸಕ್ಕೆ ಮರುನಿರ್ದೇಶಿಸ(Redirect)ಬೇಕಾಗಿ ವಿನಯದೊಂದಿಗೆ
ವಿನಂತಿಸಿಕೊಳ್ಳುತ್ತೇನೆ.

                                     ಇಂತಿ ವಂದನೆಗಳೊಂದಿಗೆ,
                                       (ಸಹಿ)....................

ಬದಲಾಗಿರುವ ನನ್ನ ವಿಳಾಸ:
ಎನ್. ರಘುನಾಥರಾವ್
4510, 18ನೇ ಮುಖ್ಯರಸ್ತೆ
5ನೆಯ ಅಡ್ಡರಸ್ತೆ , ಗಿರಿನಗರ
ಬೆಂಗಳೂರು-560 050.

                        _____

ನಮೂನೆ-8 : ಕುಡಿಯುವ ನೀರಿನ ಅಭಾವದ ಕಾರಣ ಗ್ರಾಮದಲ್ಲಿ ಒಂದು ಬೋರ್‌ವೆಲ್ ಅನ್ನು ನಿರ್ಮಿಸಿಕೊಡಲು ಲೋಕೋಪಯೋಗಿ ಮಂತ್ರಿಗಳಲ್ಲಿ ಮನವಿ.

ಇವರಿಗೆ ತಾರೀಖು..................

ಲೋಕೋಪಯೋಗಿ ಮಂತ್ರಿಯವರು,
ಲೋಕೋಪಯೋಗಿ ಶಾಖೆಯ ಮಂತ್ರಾಲಯ,
ವಿಧಾನಸೌಧ, ಬೆಂಗಳೂರು-560 001

ಸನ್ಮಾನ್ಯರೇ,

ವಿಷಯ : ನೀರಿನ ಅಭಾವ ಇರುವ ಗ್ರಾಮದಲ್ಲಿ ಬೋರ್‌ವೆಲ್ ನಿರ್ಮಾಣಕ್ಕಾಗಿ ಮನವಿ.

.... ಗ್ರಾಮ ನಿವಾಸಿಗಳು ತಮ್ಮಲ್ಲಿ ಕಳಕಳಿಯಿಂದ ಪ್ರಾರ್ಥಿಸಿಕೊಳ್ಳುವುದು ಏನೆಂದರೆ, ಕಳೆದ ನಾಲ್ಕೈದು ವರ್ಷಗಳಿಂದಲೂ ಬಿಸಿಲಿನ ಝಳವು ಜೋರಾಗಿದ್ದು, ಗ್ರಾಮದ ನೀರಿನ ಬಾವಿ, ಕೆರೆ, ಕಟ್ಟೆಗಳಲ್ಲೆಡೆಯೂ ನೀರು ಬತ್ತಿಹೋಗಿದೆ. ಜಾನುವಾರುಗಳು ಹಾಗೂ ಜನರು ನೀರು, ಮೇವಿನ ಕೊರತೆಯಿಂದ ತತ್ತರಿಸುತ್ತಿರುವ ದಾರುಣ, ದುಸ್ತರ ಸ್ಥಿತಿ ಸಂಭವಿಸಿದೆ. ಇದೇ ದುಸ್ಥಿತಿ ಮುಂದುವರಿದರೆ ಕ್ಷಾಮಡಾಮರಗಳ ವೈಪರೀತ್ಯದಿಂದ ಸಾವು-ನೋವುಗಳು ಹೆಚ್ಚಾಗುವುವು.

ಈಗಾಗಲೇ ನಮ್ಮ ಗ್ರಾಮದಿಂದ ಜನರು ದಿಕ್ಕೆಟ್ಟು, ಬೇರೆ ಕಡೆಗೆ ಹತಾಶರಾಗಿ ವಲಸೆ ಹೋಗತೊಡಗಿದ್ದಾರೆ. ಆದಕಾರಣ ನಮ್ಮೆಲ್ಲರ ತಂದೆಯ ಸ್ಥಾನದಲ್ಲಿರುವ ತಾವು ನಮ್ಮ ಹಾಗೂ ಆಜುಬಾಜಿನ ಹಳ್ಳಿಗಳಿಗೆ ಒಂದೊಂದು ಬೋರ್‌ವೆಲ್ ಅನ್ನು ತೆಗೆಸಿಕೊಡಬೇಕೆಂದು ಕಳಕಳಿಯಿಂದ ಪ್ರಾರ್ಥಿಸುತ್ತಿದ್ದೇವೆ.

ತಮ್ಮ ಪ್ರಜೆಗಳಾದ,

1. ....
(ಸರಪಂಚ)
2. ....
3. ....
4. ....
5. ....
6. ....

ಹಲವು ಗ್ರಾಮಸ್ಥರ ಸಹಿಗಳ ಸಂಗ್ರಹ

7. ಶುಭಾಶಯಗಳು, ಶುಭ ಸಂದೇಶಗಳು

ಭಾರತ ಪ್ರಾಚೀನ ಕಾಲದಿಂದಲೂ ಸಾಂಸ್ಕೃತಿಕ ಚಟುವಟಿಕೆಗಳಿಗೆ ವಿಖ್ಯಾತ ದೇಶ. ಯುಗಾದಿ ಹೊಸ ವರ್ಷದ ಪ್ರಾರಂಭದ ಹಿಂದೆಯೇ ಹಬ್ಬದ ಮೇಲೆ ಹಬ್ಬಗಳು. ಅವುಗಳಲ್ಲಿ ಮಕರ ಸಂಕ್ರಮಣ, ಗಣೇಶ ಚೌತಿ, ಮಹಾನವಮಿ, ದೀಪಾವಳಿ, ಹೋಲಿ ಮೊದಲಾದ ವಿಶೇಷ ವೈಶಿಷ್ಟ್ಯತೆಯಿಂದ ಕೂಡಿದ ಸಾಂಸ್ಕೃತಿಕ ಹಬ್ಬಗಳೇ ಅಲ್ಲದೆ, ಕ್ರಿಸ್ಮಸ್, ರಂಜಾನ್ ಮೊದಲಾದ ಪರ ಧರ್ಮ ಹಬ್ಬಗಳೂ ಬರುವುವು. ಸರ್ವ ಧರ್ಮ ಸಮನ್ವಯತೆಯ ಸಂಕೇತ ಎನಿಸಿರುವ ಭಾರತೀಯರು ಅಂತಹ ಹಬ್ಬಗಳಿಗೂ ಗೌರವ ನೀಡುವರು. ಇವಲ್ಲದೆ ಗಣರಾಜ್ಯೋತ್ಸವ, ಸ್ವಾತಂತ್ರ್ಯೋತ್ಸವಾದಿ ರಾಷ್ಟ್ರೀಯ ಹಬ್ಬಗಳಿಗೂ ಮಾನ್ಯತೆ ಉಂಟು. ಜೊತೆಗೆ ಜನ್ಮ ದಿನದ ಹುಟ್ಟುಹಬ್ಬಗಳಲ್ಲಿ, ಮದುವೆ ಮುಂಜಿಗಳಲ್ಲಿ, ಪರೀಕ್ಷೆಗಳಲ್ಲಿ, ಸ್ಪರ್ಧೆಗಳಲ್ಲಿ ಉನ್ನತ ಶ್ರೇಣಿಯ ವಿಜೇತರೆನಿಸಿದಾಗಲೂ ಅಂತಹವರ ಬಗ್ಗೆ ಗೌರವಾದರಗಳ ಸೂಚಕವಾಗಿ ಶುಭಾಶಯ, ಶುಭಸಂದೇಶಗಳನ್ನು ಬರೆದು ಕಳುಹಿಸುವ ಸಂಪ್ರದಾಯ ತುಂಬಾ ಹಿಂದಿನಿಂದಲೂ ಬಂದಿದೆ. ಪತ್ರಲೇಖನ ಕಲೆಯಲ್ಲಿ ಇವುಗಳ ಮಾದರಿಗಳೂ ನಿತ್ಯ ನವೀನತೆಯನ್ನು ಹೊಂದಿವೆ. ಅಂತಹ ಮಾದರಿಯ ಹಲಕೆಲ ನಮೂನೆಗಳನ್ನು ಇಲ್ಲಿ ಕೊಡಲಾಗಿದೆ.

ನಮೂನೆ-1(ಅ) : ಮಕರ ಸಂಕ್ರಾಂತಿ ಹಾಗೂ ಉತ್ತರಾಯಣ ಪುಣ್ಯಕಾಲದ ಪರ್ವದಲ್ಲಿ ಹಾರ್ದಿಕ ಶುಭಕಾಮನೆ.

ಸ್ಥಳ..........................

ತಾರೀಖು......................

ಪ್ರೀತಿಯ ಗೆಳೆಯ / ಗೆಳತಿ / ಬಂಧು / ಭಗಿನಿ,

ನಿನಗೆ ಹಾಗೂ ನಿಮ್ಮ ಮನೆ ಮಂದಿ ಎಲ್ಲರಿಗೂ ಉತ್ತರಾಯಣ ಪುಣ್ಯಕಾಲದ ಸಂದರ್ಭದಲ್ಲಿ ಕತ್ತಲೆಯಿಂದ ಬೆಳಕಿನೆಡೆಗೆ ಸಾಗುತ್ತಿರುವ ಸಂಕೇತವೆನಿಸಿರುವ ಈ ಮಕರ ಸಂಕ್ರಾಂತಿಯ ಶುಭಕಾಮನೆಗಳು.

ನಿನ್ನ ಒಲವಿನ / ಪ್ರೀತಿಯ,

....

ನಮೂನೆ-1(ಆ) :

ಪ್ರೀತಿಯ ಗೆಳತಿ ಮಾಲಿನಿ, ಸ್ಥಳ....................

ತಾ||....................

ಸೂರ್ಯದೇವನು ಭಾರತೀಯ ಸಂಸ್ಕೃತಿಯ ಒಂದು ಅವಿಭಾಜ್ಯ ಅಂಗ. 'ಉತ್ತರಾಯಣ'ವು ಭಾರತೀಯರಿಗೊಂದು ಪುಣ್ಯಕಾಲ. ಅಂತಹ ಪರ್ವಕಾಲದ ಪುಣ್ಯದ ಮುಹೂರ್ತವೇ ''ಮಕರ ಸಂಕ್ರಮಣ''.

ಈ ''ಮಕರ ಸಂಕ್ರಮಣ''ದ ಸಮಯದಲ್ಲಿ ನಿನ್ನ ಜೀವನ ಪಥದಲ್ಲಿ ಪಯಣಿಸುವಾಗ ದಾರಿ ಬೆಳಕಾಗಲೆಂದು ಹೃತ್ಪೂರ್ವಕವಾಗಿ ಹಾರೈಸುತ್ತೇನೆ.

ಎಳ್ಳು-ಬೆಲ್ಲದಂತೆ ಬಾಳು ಹಾಲು-ಜೇನು ಬೆರತಂತಿರಲೆಂದು ಹಾರೈಸುವ,

ನಿನ್ನ ಪ್ರೀತಿಯ ಗೆಳತಿ,

(ರುಜು)..................

ನಮೂನೆ-2 : ''ಕ್ರಿಸ್ಮಸ್ ಶುಭಾಶಯ''

ಸ್ಥಳ........................

ದಿನಾಂಕ......................

ಪ್ರೀತಿಯ ಗೆಳೆಯ ಜೋಸೆಫ್,

''ಕ್ರಿಸ್ಮಸ್'' ಜಗತ್ತಿಗೇ ಬೆಳಕು ಚೆಲ್ಲಿದ ಮಹಾಮಹಿಮನೆನಿಸಿದ, ದೇವ ಪ್ರತಿನಿಧಿಯ ಆಗಮನದ ಪುಣ್ಯ ಪರ್ವ. ಇಂತಹ ಶುಭ ಮುಹೂರ್ತದಲ್ಲಿ ನಿನಗೂ, ನಿನ್ನ ಕುಟುಂಬಕ್ಕೂ ಕೃಷ್ಣ, ಕ್ರಿಸ್ತ ಇಬ್ಬರೂ ಒಬ್ಬನೇ ಪರಮಾತ್ಮನೆಂದು ಸ್ಮರಿಸುತ್ತಾ, ಮಂಗಳವನ್ನುಂಟು ಮಾಡಲೆಂದು ಹಾರೈಸುತ್ತೇನೆ.

ನಿನ್ನ ಆತ್ಮೀಯ ಗೆಳೆಯ,

ಆನಂದ್

ನಮೂನೆ-3 : ರಂಜಾನ್ ಶುಭಾಶಯ.

ಮುದ್ದಿನ ಶಿಷ್ಯೆ ಮೆಹರೂ,   ಸ್ಥಳ.........................

ತಾ॥.........................

ಹಿಂದುಗಳಿಗೆ 'ಶಿವರಾತ್ರಿ' ಎಷ್ಟೊಂದು ಪುಣ್ಯ ದಿನವೋ, ನಮ್ಮ ಮುಸ್ಲಿಂ ಬಂಧುಗಳಿಗೆ 'ರಂಜಾನ್' ಅಷ್ಟೇ ಪವಿತ್ರ ದಿನ. ಈ ದಿನಗಳಲ್ಲಿ ನಮ್ಮ ಹಸಿವು-ಬಾಯಾರಿಕೆಗಳನ್ನು ಮರೆತು, ಪ್ರತಿಕ್ಷಣವೂ ದೇವರ ಕಡೆಯೇ ಮನಸ್ಸಿಟ್ಟು ಪ್ರಾರ್ಥಿಸುತ್ತಿರು ಎಂಬುದೇ ದೇವದೂತನಾದ ಪ್ರವಾದಿ ಮಹಮದ್ ಫೈಗಂಬರ್ ಅವರು ನೀಡಿದ ದಿವ್ಯ ಸಂದೇಶ.

ಈ ಸಮಯದಲ್ಲಿ ನೀನು ಗಳಿಸಿ, ಉಳಿಸಿದುದರಲ್ಲಿ ಸ್ವಲ್ಪವಾದರೂ ದೀನ-ದಲಿತರಿಗೆ ದಾನ ಮಾಡು. ಅವರನ್ನು ನಿನ್ನ ಸಮವಾಗಿ ಕಾಣು. ದೇವರ ದೃಷ್ಟಿಯಲ್ಲಿ ರಾಜ-ಪ್ರಜೆ, ಬಡವ-ಬಲ್ಲಿದ ಎಲ್ಲರೂ ಒಂದೇ ಅಲ್ಲವಾ? ಇದೇ ಪ್ರವಾದಿ ಮಹಮದರು ಹಾಗೂ ಇತರ ಧರ್ಮಗುರುಗಳೂ ತಿಳಿಸಿದುದು. "ಸರ್ವೇ ಜನೋ ಸುಖಿನೋ ಭವಂತು" ಅಂದರೆ ಸಮಸ್ತ ಜನರಿಗೂ ದೇವರು ಸುಖವನ್ನು ನೀಡಲಿ ಎಂದು ನಾವೆಲ್ಲರೂ ಈ ಸಂದರ್ಭದಲ್ಲಿ ಹಾರೈಸೋಣ.

"ಈಶ್ವರ ಅಲ್ಲಾ ತೇರೇ ನಾಮ್ ಸಬಕೋ ಸನ್ಮತಿ ದೇ ಭಗವಾನ್"

ನಿನ್ನ ಪ್ರೀತಿಯ ಶಿಕ್ಷಕ,
ಸಾಲೋಮನ್

_____

ನಮೂನೆ-4 : ದೀಪಾವಳಿಯ ಸಂದೇಶ

ಪ್ರೀತಿಯ ಗೆಳತಿ, ಗಂಗಾ   ಸ್ಥಳ.........................

ತಾ॥.........................

ದೀಪಾವಳಿ ನಮ್ಮೆಲ್ಲರಿಗೂ ಬೆಳಕಿನ ಪರ್ವ. ದೇವರ ಮಕ್ಕಳಾದ ನಮ್ಮೆಲ್ಲರ ಜೀವನದ ಮೇಲೂ ಬೆಳಕು ಅಂದರೆ ಜ್ಞಾನದ ಕಿರಣಗಳು ಚೆಲ್ಲಾಡಲೆಂದು ಹಾರೈಸೋಣ. ಈ ಶುಭ ದಿನವನ್ನು ಪಟಾಕಿ ಹಬ್ಬ ಎಂದೂ ಹೇಳುವರು. ಪಟಾಕಿಗಳ ಪಟ-ಪಟ, ಚಿಟ್-ಚಿಟಾಕ್ ಶಬ್ದದಂತೆ ಭಗವಂತನು ದುಷ್ಟರನ್ನು

ಸಂಹರಿಸಿ, ಶಿಷ್ಟ ಜನರನ್ನು ಪರಿಪಾಲಿಸುತ್ತಿರಲಿ ಎಂದು ಈ ಸಮಯದಲ್ಲಿ ದೇವರನ್ನು ಪ್ರಾರ್ಥಿಸೋಣ.

ಗೆಳತಿ, ನಿನ್ನ ಬಾಳೂ ಸಹ ನಂದಾದೀಪದ ಬೆಳಕಿನಂತೆ ಸದಾ ಬೆಳಗುತ್ತಿರಲಿ ಎಂದು ಹಾರೈಸುವ,

ನಿನ್ನ ಒಲವಿನ ಗೆಳತಿ,

ತುಂಗಾ

ನಮೂನೆ-5 : ತಂಗಿಯ ಹುಟ್ಟುಹಬ್ಬದಲ್ಲಿ ದೂರದಲ್ಲಿನ ಅಣ್ಣನ ಶುಭ ಸಂದೇಶ.

ಮುದ್ದು ತಂಗಿ ನಿವೇದಿತಾ, ಸ್ಥಳ.......................

ತಾ||.......................

ನಾವು ಹುಟ್ಟುಹಬ್ಬವನ್ನು ಆಚರಿಸಿಕೊಳ್ಳುವುದು, ನಮ್ಮ ಅಸ್ತಿತ್ವದ ಆನಂದವನ್ನು ನಮ್ಮ ಆಪ್ತೇಷ್ಟರೊಂದಿಗೆ, ಆತ್ಮೀಯರೊಂದಿಗೆ ಹಂಚಿಕೊಳ್ಳುವ ಸಲುವಾಗಿ ಮಾತ್ರವೇ ಅಲ್ಲ; ನಾವು ಹಿಂದಿನ ವರ್ಷದ ಹುಟ್ಟುಹಬ್ಬದ ಸಂಭ್ರಮವನ್ನು ನೆನಪು ಮಾಡಿಕೊಳ್ಳುವುದಲ್ಲದೆ ಮುಂದಿನ ಕರ್ತವ್ಯಕ್ಕಾಗಿ ಸಿದ್ಧರಾಗಲೂ ಸಹ.

ನಿನ್ನ ಅಣ್ಣನಾದ ನಾನು ಸಿಪಾಯಿ ಸೇವೆಯಲ್ಲಿ ದೂರದ ಸಿಮ್ಲಾದಲ್ಲಿ ಛಳಿಯಲ್ಲಿ ನಡುಗುತ್ತಿರಬಹುದು. ದೇಶ ರಕ್ಷಣೆಯ ಹೊಣೆಗಾರಿಕೆಯಲ್ಲಿ ನಿರತನಾಗಿರಬಹುದು. ಆದರೂ ತನ್ನ ತಂಗಿ ಎಂಬ ಬೆಳಕನ್ನು, ತನ್ನ ಬದುಕಿನ ಲೋಕಕ್ಕೆ ನೀಡಿದ ದಿನವನ್ನು ಮರೆಯಲು ಸಾಧ್ಯವಾ? ನನ್ನ ತಂಗಿ ಬೆಚ್ಚಗೆ ಸ್ವಸ್ಥಚಿತ್ತ, ಸ್ವಸ್ಥಶರೀರ **(Sound mind in Sound body)** ದೊಂದಿಗೆ ಆರೋಗ್ಯದಿಂದಿರುವಳೆಂಬುದೇ ಇಲ್ಲಿ ನನ್ನ ಕರ್ತವ್ಯ ನಿರ್ವಹಣೆಗೆ ಸಮಯ ಸ್ಫೂರ್ತಿ.

ತಂಗೀ, ನೀನು ಕಳೆದ ವರ್ಷವನ್ನು ಕಳೆದು, ನಿನ್ನ ಬದುಕಿನ ಇನ್ನೊಂದು ವರ್ಷಕ್ಕೆ ಹೆಜ್ಜೆ ಇಡುತ್ತಿರುವುದು, ನೀನು ಇನ್ನಷ್ಟು ಬುದ್ಧಿಶಕ್ತಿಯಲ್ಲಿಯೂ ಪ್ರೌಢೆ ಆಗಿರುವೆ ಎಂಬುದರ ಸಂಕೇತ.

ನಿನ್ನ ಬಾಳು ಬೆಳಕಾಗಲಿ, ಹುಟ್ಟುಹಬ್ಬ ಬೆಳಕಿನ ಬುಗ್ಗೆ ಆಗಲಿ ಎಂಬ ಹಾರೈಕೆಯ ಶುಭಾಶಯಗಳೊಂದಿಗೆ,

ನಿನ್ನ ಪ್ರೀತಿಯ ಅಣ್ಣ,

....

ನಮೂನೆ-6 : ವಿವಾಹದ ಹಾರೈಕೆ

ಸ್ಥಳ........................

ದಿನಾಂಕ....................

''ಮಾನವನ ಜೀವನದಲ್ಲಿ ಜನ್ಮ ದಿನದಂತೆ ಜೀವನಪರ್ಯಂತ ನೆನಪು ಮಾಡಿಕೊಳ್ಳಬಹುದಾದ ಇನ್ನೊಂದು ಶುಭದಿನ ಅಂದರೆ ಅಮೃತ ಘಳಿಗೆಯಂತಹ ಮದುವೆ ನಡೆದ ದಿನ.''

ನನ್ನೊಲವಿನ ಗೆಳೆಯರಾದ,

ಶ್ರೀಮತಿ ಮತ್ತು ಶ್ರೀ ಗಜಾನನ ಅವರಿಗೆ,

ನಿಮ್ಮ ವಿವಾಹದ ವಾರ್ಷಿಕೋತ್ಸವದ (ಮ್ಯಾರೇಜ್ ಆ್ಯನಿವರ್ಸರಿ) ಈ ಶುಭ ಸಂದರ್ಭದಲ್ಲಿ ನಿಮ್ಮಲ್ಲಿ ಒಬ್ಬನಾದ ನರೀನ್ (ನಾರಾಯಣ)ನ ಶುಭ ಹಾರೈಕೆಗಳು. ನಿಮ್ಮ ದಾಂಪತ್ಯ ಜೀವನವು ಹಾಲು-ಜೇನು ಕಲೆತಂತೆ ಒಂದರೊಳಗೊಂದು ಎಂಬ ತಾದಾತ್ಮ್ಯಯಲ್ಲಿ ಸುಲಲಿತ ಹಾಗೂ ಸಂತೋಷದಿಂದ ಸಾಗಲಿ.

ನಿಮ್ಮ ಪ್ರೀತಿಯ ಗೆಳೆಯ,

ಸಹಿ.................

ನಮೂನೆ-7 : ವಿವಾಹ ಮುಹೂರ್ತದ ಸಂದರ್ಭದಲ್ಲಿ.

ಸ್ಥಳ........................

ದಿನಾಂಕ......................

ಒಲವಿನ ಗೆಳೆಯ, ಮುರುಗನ್,

ನಿನ್ನ ಬಾಳ ಸಂಗಾತಿಯನ್ನು ಆರಿಸಿಕೊಂಡಿರುವೆ.

ನಿನ್ನ ವಿವಾಹದ ಈ ಶುಭ ಮುಹೂರ್ತದ ಸಂದರ್ಭದಲ್ಲಿ

ನಿಮ್ಮಿರ್ವರ ದಾಂಪತ್ಯ ಜೀವನವೂ ಅನ್ಯೋನ್ಯತೆಯೊಂದಿಗೆ

ಸಾಗುತ್ತಿರಲೆಂದು ಹೃತ್ಪೂರ್ವಕವಾಗಿ ಹಾರೈಸುವ,

ನಿನ್ನ ಒಲವಿನ ಗೆಳೆಯ,

(ಸಹಿ)..............

ನಮೂನೆ-8 : ಕೇಂದ್ರ ಸಾಹಿತ್ಯ ಅಕ್ಯಾಡಮಿ ಪ್ರಶಸ್ತಿ ಲಭಿಸಿರುವ ಆತ್ಮೀಯನಿಗೆ ಶುಭಾಶಯದ ಓಲೆ.

ಸ್ಥಳ........................

ದಿನಾಂಕ......................

ನನ್ನ ಆತ್ಮೀಯ ಗೆಳೆಯರೂ, ಲೇಖಕರೂ ಆದ ಕ್ಯಾcha ಅವರಿಗೆ, ನಿಮ್ಮ ಹಾಸ್ಯ ಸಾಹಿತ್ಯದ ಲೇಖನಮಾಲೆಗಾಗಿ ಈ ಬಾರಿ ''ಕೇಂದ್ರ ಸಾಹಿತ್ಯ ಅಕಾಡಮಿ''ಯ ಪ್ರಶಸ್ತಿ ಬಂದಿರುವ ಸಂದರ್ಭದಲ್ಲಿ, ನಿಮ್ಮ ಗೆಳೆಯನೇ ಅಲ್ಲದೆ, ಅಭಿಮಾನಿ ಓದುಗನಾಗಿ ನನ್ನ ಹಾರ್ದಿಕ ಶುಭಾಶಯಗಳು. ಪ್ರಶಸ್ತಿಗಳ ಲಭ್ಯ ನಿಮಗೆ ಹೊಸದೇನೂ ಅಲ್ಲದಿರಬಹುದು. ಆದರೂ ನಿಮಗೆ ಇಂತಹ ಮತ್ತೂ ಮತ್ತಷ್ಟು ಪ್ರಶಸ್ತಿಗಳು ನಿಮ್ಮ ಮಡಿಲಲ್ಲಿ ತುಂಬುತ್ತಿರಲಿ, ನಿಮ್ಮ ಸಾಹಿತ್ಯ ಕೃಷಿ ನಿರಂತರವಾಗಿ ಇನ್ನೂ ಹುಲುಸಾಗಿ ಬೆಳೆಯಲಿ ಎಂದು ಹಾರೈಸುತ್ತೇನೆ.

ನಿಮ್ಮ ಅಭಿಮಾನಿ ಮಿತ್ರ, ಹಾಗೂ ಓದುಗ,

....

ನಮೂನೆ-9: ಪದವಿ ಪರೀಕ್ಷೆಯಲ್ಲಿ ರ್‍ಯಾಂಕ್ ಪಡೆದಿರುವ ಮೊಮ್ಮಗನಿಗೆ ತಾತನ ಹಾರೈಕೆ.

ಸ್ಥಳ.........................

ದಿನಾಂಕ.....................

ಮುದ್ದು ಗೋಪೂ,

ಈ ಬಾರಿ ಬಿ.ಎ. ಪದವಿ ಪರೀಕ್ಷೆಯಲ್ಲಿ ಪ್ರಥಮ ಶ್ರೇಣಿಯಲ್ಲಿ ಪಾಸಾಗಿರುವ ವಿಚಾರ ತಿಳಿದು ತುಂಬಾ ಸಂತೋಷ ಆಯಿತು. ವಿದ್ಯಾರ್ಥಿ ಜೀವನದಲ್ಲಿ ಇಂತಹ ಸಂದರ್ಭ ಅಮೂಲ್ಯ. ವಿದ್ಯಾರ್ಥಿಗೆ ಈ ಹಂತ ಒಂದು ವಿಶಿಷ್ಟ ಗಳಿಗೆ. ಜೊತೆಗೆ ಮುಂದಿನ ಸಾಧನೆಗೆ ಸೋಪಾನ. ದೇವರು ನಿನಗೆ ಇನ್ನೂ ಶ್ರೇಯಸ್ಸನ್ನು ಭವಿಷ್ಯದಲ್ಲಿ ನೀಡುತ್ತಿರಲಿ. ನಿನ್ನ ಬದುಕಿನ ದಾರಿ ಯಶಸ್ವಿಯಾಗಿ ಮುಂದೆ ಸಾಗಲಿ ಎಂದು ಹಾರೈಸುತ್ತೇನೆ.

ನಿನ್ನ ಪ್ರೀತಿಯ,

ತಾತ

ವಿಷಯ ಸೂಚನೆ :

1. ಸಾಮಾನ್ಯವಾಗಿ ಶುಭಾಶಯ ಪತ್ರಗಳು ಲಂಬಿಸಿರುವುದಿಲ್ಲ. ಹಲಕೆಲ ವಾಕ್ಯಗಳಲ್ಲಿಯೇ ಹೃನ್ಮನಗಳಿಗೆ ಮಧುರ ಭಾವದ ಸವಿ ನೀಡುತ್ತವೆ.
2. ಆತ್ಮೀಯರು ಮಾತ್ರ ತಮ್ಮ ಆತ್ಮೀಯರಲ್ಲಿ ತಮ್ಮ ಭಾವನೆಗಳನ್ನು ಪತ್ರಗಳಲ್ಲಿ ಹಂಚಿಕೊಳ್ಳುತ್ತಾರೆ.
3. ಶುಭಾಶಯ ಪತ್ರಗಳಲ್ಲಿ 2 ವಿಧ. ಸಾಂದರ್ಭಿಕ ಶುಭಾಶಯ ಪತ್ರ (ಸೀಜನಲ್ ಗ್ರೀಟಿಂಗ್ಸ್), ನಿಗದಿತ ಶುಭಾಶಯ ಪತ್ರ (ಪರ್ಟಿಕ್ಯುಲರ್ ಗ್ರೀಟಿಂಗ್ಸ್) ಎಂದು. ಸಂಕ್ರಮಣ, ಯುಗಾದಿ, ದೀಪಾವಳಿ, ಹೊಸ ವರ್ಷ, ಕ್ರಿಸ್ಮಸ್, ರಂಜಾನ್ ಇಂತಹವು ಮೊದಲನೆಯ ವರ್ಗಕ್ಕೆ ಸೇರುತ್ತವೆ. ಹುಟ್ಟುಹಬ್ಬ (ಬರ್ತ್‌ಡೇ), ಮದುವೆಯ ಶುಭಾಶಯ (ಮ್ಯಾರೇಜ್ ಗ್ರೀಟಿಂಗ್ಸ್), ಮದುವೆ ವಾರ್ಷಿಕೋತ್ಸವ (ಮ್ಯಾರೇಜ್ ಆ್ಯನಿವರ್ಸರಿ),

ಯಶಸ್ಸಿನ ಶುಭಾಶಯ (ಸಕ್ಸೆಸ್ ಕಾರ್ಡ್) ಇವು ಎರಡನೆಯ ವರ್ಗಕ್ಕೆ ಸೇರಿದವುಗಳು.

4. ಮುದ್ರಿತ ಶುಭಾಶಯ ಪತ್ರಗಳನ್ನು ಪಡೆಯುವಾಗ ಗಮನದಲ್ಲಿಡಬೇಕಾದ ಅಂಶ ಅಂದರೆ ಒಳಗೆ ಮುದ್ರಿತವಾಗಿರುವ ಪದಗಳ ಪಂಕ್ತಿಗಳು, ಬಳಸಲಾದ ಮಾತು, ಹೊರಮೈ ಅಲಂಕಾರ ಇವೇ ಅಲ್ಲದೆ ನಾವು ಯಾವ ವ್ಯಕ್ತಿಗೆ ಶುಭಾಶಯವನ್ನು ಕಳುಹಿಸುತ್ತೇವೆಯೋ, ಆ ವ್ಯಕ್ತಿಯ ವೈಚಾರಿಕ ಆಸಕ್ತಿ (ಟೇಸ್ಟ್) ಗಮನದಲ್ಲಿರಿಸಿಕೊಂಡು, ಶುಭಾಶಯ ಪತ್ರಗಳನ್ನು ಆರಿಸುವುದು ಒಳಿತು.

5. ತುರ್ತಾಗಿ ಶುಭಾಶಯವನ್ನು ಕಳುಹಿಸುವಾಗ ತಂತಿ ಸಂದೇಶ (ಟೆಲಿಗ್ರಾಂ ಗ್ರೀಟಿಂಗ್ಸ್) ಅನುಕೂಲ. ಅಂತಹ ಶುಭಾಶಯಗಳು ನಿಗಧಿತ ಅವಧಿಯಲ್ಲಿ ವ್ಯಕ್ತಿಗೆ ತಲುಪಿದಾಗ ಆ ಸಂದರ್ಭಕ್ಕೊಂದು ಮಹತ್ವ ದೊರೆತಿರುತ್ತದೆ.

6. ತಂತಿಯ ಮೂಲಕ ಶುಭಾಶಯವನ್ನು ಕಳುಹಿಸುವಾಗ ಅಂಚೆ ಕಛೇರಿಯಲ್ಲಿ ಸಂದರ್ಭಕ್ಕೆ ತಕ್ಕಂತೆ ನೀವು ಬಳಸಬಹುದಾದ ವಾಕ್ಯಗಳನ್ನು ಬರೆದು, ಪಕ್ಕದಲ್ಲಿ ಅದರ ಸಂಖ್ಯೆಯನ್ನು ಕೊಟ್ಟಿರುತ್ತಾರೆ. ನೀವು ಟೆಲಿಗ್ರಾಂ ಫಾರಂನಲ್ಲಿ ಸಂಬಂಧಿಸಿದ ಶುಭಾಶಯದ ಸಂಖ್ಯೆಯನ್ನು ಬರೆದರೆ ಸಾಕು.

8. ವಿಷಾದ ಸೂಚಕ ಪತ್ರಗಳು

ಶುಭಾಶಯ ಪತ್ರಗಳನ್ನು ಶುಭ ಸಂದರ್ಭಗಳಲ್ಲಿ ಸಾಂಕೇತಿಕ ರೀತಿಯಲ್ಲಿ ಕಳುಹಿಸುವಂತೆ, ಹಲವು ಅಶುಭ ಸಂದರ್ಭಗಳಲ್ಲಿ ವಿಷಾದ ಹಾಗೂ ದುಃಖ ಸೂಚಕ ಸಂದೇಶಗಳನ್ನೂ ಪತ್ರಗಳ ಮೂಲಕ ಕಳುಹಿಸಬೇಕಾಗಬಹುದು. ಅಂತಹ ಪತ್ರಗಳು ಶೋಕಗ್ರಸ್ತ ವ್ಯಕ್ತಿಗಳ ದುಃಖವನ್ನು ಶಮನ ಮಾಡುವಂತಿರಬೇಕು. ಅದಕ್ಕಾಗಿ ಬಳಸುವ ವಾಕ್ಯಗಳಲ್ಲೂ ವೈಶಿಷ್ಟ್ಯತೆ ಇರಬೇಕು. ಉದಾಹರಣೆಗೆ:

ನಮೂನೆ-1 : ಆತ್ಮೀಯ ದೈವಾಧೀನರಾದಾಗ ಶೋಕ ಸಂದೇಶ.

ಸ್ಥಳ......................

ತಾ||......................

ನಿಮ್ಮ ಆತ್ಮೀಯರಾದ................ ಇವರು ದೈವಾಧೀನರಾದ ವಿಷಯ ತಿಳಿಯಿತು. ನಿಮಗಾಗಿರುವಷ್ಟೇ ದುಃಖ ನಮಗೂ ಆಗಿದೆ. ಅಗಲಿಕೆಯ ನೋವು ಯಾವ ತರಹದ್ದು ಎಂದು ಯಾರೂ ಹೇಳಬೇಕಿಲ್ಲ. ಪರಮಾತ್ಮನು ನಿಮ್ಮ ಮನೆಯ ಸದಸ್ಯರೆಲ್ಲರಿಗೂ ಈ ದುಃಖವನ್ನು ಸಹಿಸಿಕೊಳ್ಳುವ ಶಕ್ತಿ-ಸಾಮರ್ಥ್ಯವನ್ನು ಇಂತಹ ಅನಿರೀಕ್ಷಿತ ಸಂದರ್ಭದಲ್ಲಿ ನೀಡಲೆಂದು ಪ್ರಾರ್ಥಿಸುತ್ತೇವೆ.

ದುಃಖತಪ್ತ ಹೃದಯದೊಡನೆ,

....

ನಮೂನೆ-2 : ಪರೀಕ್ಷೆಯಲ್ಲಿ ಗೆಳೆಯನೊಬ್ಬನು ಅನಿರೀಕ್ಷಿತವಾಗಿ ಅನುತ್ತೀರ್ಣನಾದಾಗ.

ನೀನು ಬಿ.ಎ. ಆನರ್ಸ್ ಪರೀಕ್ಷೆಯಲ್ಲಿ ಅನುತ್ತೀರ್ಣನಾಗಿರುವುದನ್ನು ಕಂಡು ನನಗೆ ಆಶ್ಚರ್ಯವೂ, ಖೇದವೂ ಒಂದೇ ಬಾರಿಗೆ ಉಂಟಾಯಿತು. ಆದರೂ ನಾವು ಇಂತಹ ಸಂದರ್ಭದಲ್ಲಿ ''ಪ್ರಯತ್ನ ನಮ್ಮದು, ಫಲ ದೇವರದು'' ಎಂದು

ಭಗವದ್ಗೀತೆಯಲ್ಲಿ ಶ್ರೀಕೃಷ್ಣನು ಅರ್ಜುನನಿಗೆ ನೀಡಿರುವ ಉಪದೇಶವನ್ನು ಸ್ಮರಿಸಿಕೊಂಡು, ಸಮಾಧಾನ ತಂದುಕೊಳ್ಳಬೇಕು.

ಆದರೂ ಕಾಲವೇನೂ ಮಿಂಚಿಲ್ಲ. ''ಮರಳಿ ಯತ್ನವ ಮಾಡು, ಕೈಗೂಡದಿರದು'' ಎಂಬ ಪದ್ಯವನ್ನು ನಾವು ಪ್ರೈಮರಿ ಶಾಲೆಯಲ್ಲಿ ವ್ಯಾಸಂಗ ಮಾಡುತ್ತಿದ್ದಾಗ ಹೇಳುತ್ತಿದ್ದುದು ನೆನಪಿದೆ ತಾನೇ? ಏನೇ ಇರಲಿ, ನಿನಗಾಗಿರುವ ದುಃಖದಲ್ಲಿ ನಾನೂ ಸಹ ಭಾಗಿಯೇ. ಈ ಬಗ್ಗೆ ನನ್ನ ಹೃತ್ಪೂರ್ವಕ ಸಹಾನುಭೂತಿ ಇದೆ. ಮುಂದಿನ ಪ್ರಯತ್ನದಲ್ಲಿ ಭಗವಂತನು ನಿನಗೆ ಪೂರ್ಣ ಯಶಸ್ಸನ್ನು ಉಂಟುಮಾಡಲೆಂದು ಹಾರೈಸುತ್ತೇನೆ.

ನೋವು ಬೆರೆತ ಹೃದಯದೊಂದಿಗೆ,

(ರುಜು).......................

ನಮೂನೆ-3:

ಸ್ಥಳ........................

ತಾ||......................

ನಿಮಗೆ ರಸ್ತೆಯಲ್ಲಿ ಆಗಿರುವ ವಾಹನ ಅಪಘಾತದ ವಿಷಯ ಕೇಳಿದ ಕೂಡಲೇ ತಲೆಗೆ ಬರಸಿಡಿಲು ಎರಗಿದಂತಾಯ್ತು. ದಿಗ್ಭ್ರಮೆಯಿಂದ ಮನೆಮಂದಿಗೆಲ್ಲಾ ತಿಳಿಸಿದೆ. ಎಲ್ಲರೂ ನಿಮ್ಮ ಬಗ್ಗೆ ಗಾಬರಿ ಹಾಗೂ ಕಳಕಳಿಯಿಂದ ಕೂಡಿದ್ದಾರೆ. ಎಲ್ಲರಿಗೂ ''ಇದು ಹೇಗಾಯಿತು?'' ಎಂಬ ಪ್ರಶ್ನೆಯೇ ಕಾಡುತ್ತದೆ. ಆದರೂ ನಿಮಗೆ ಸಮಾಧಾನ ಹೇಳುವ ಶಕ್ತಿ ನನಗಿಲ್ಲ. ಕಾರಣ ನಿಜಕ್ಕೂ ನಾನೇ ದುಃಖತಪ್ತನಾಗಿದ್ದೇನೆ. ಇಷ್ಟಾದರೂ ಪುರಂದರದಾಸರು ಹಾಡಿರುವ ''ಈಸಬೇಕು ಇದ್ದು ಜೈಸಬೇಕು ಎಂದು ದಾಸರಾಡಿದ ಪದವ ನುಡಿದು ಬದುಕು'' ಎಂಬುದನ್ನು ಎಷ್ಟು ಮೆಲುಕಿಗೂ ಈ ಸಂದರ್ಭದಲ್ಲಿ ತರಬಯಸುತ್ತೇನೆ. ದೇವರು ನಿಮಗೆ ಆಗಿರುವ ನೋವನ್ನು ನಿವಾರಣೆ ಮಾಡಲಿ, ಕಷ್ಟವನ್ನು ಎದುರಿಸುವ ಧೈರ್ಯ-ಸ್ಥೈರ್ಯವನ್ನು ನಿಮಗೆ ನೀಡಲಿ ಎಂದು ಪ್ರಾರ್ಥಿಸುತ್ತಾ, ನೀವು ಬೇಗ ಗುಣಮುಖಿ ಆಗಿರೆಂದು ಮನಃಪೂರ್ವಕವಾಗಿ ಹಾರೈಸುತ್ತೇನೆ.

ಸಹಿ......................

—

9. ಪ್ರಕಟಣೆಗಳು

ಪ್ರಕಟಣೆಗಳು ಸಾಮಾನ್ಯವಾಗಿ ಸಾರ್ವಜನಿಕರ ತಿಳಿವಳಿಕೆಯ ಸಲುವಾಗಿಯೇ ಪ್ರಕಟವಾಗುವುವು. ಇವು ಹಲವು ಪ್ರಕಾರದವುಗಳಾಗಿರುತ್ತವೆ. ವೈಯಕ್ತಿಕ ಪ್ರಕಟಣೆ, ಹರಾಜು ಪ್ರಕಟಣೆ, ಉದ್ಯೋಗ ಪ್ರಕಟಣೆ ಇತ್ಯಾದಿ.

ಪ್ರಕಟಣೆಗಳನ್ನು ನೀಡುವಾಗ ಸ್ಥಳೀಯ ಪತ್ರಿಕೆಗಳಲ್ಲಿ ಜನಪ್ರಿಯವೆನಿಸಿರುವ ಪತ್ರಿಕೆಗಳಲ್ಲಿ ಪ್ರಕಟಿಸುವುದೇ ಅತಿ ಲಾಭದಾಯಕ. ಅಂತಹ ಪತ್ರಿಕೆಗಳು ಹೆಚ್ಚು ಪ್ರಚಲನೆಯಲ್ಲಿ ಇರಬೇಕು.

ಉದಾಹರಣೆಗೆ ಯಾವುದಾದರೂ ಆಸ್ತಿ-ಪಾಸ್ತಿಯ ವ್ಯಾಜ್ಯದ ಬಗ್ಗೆ ಪ್ರಕಟಿಸುವಾಗ, ಪ್ರಚಲಿತವಲ್ಲದ ಪತ್ರಿಕೆಗಳಲ್ಲಿ ಪ್ರಕಟಣೆಯನ್ನು ನೀಡಿದರೆ, ಆಗ ನ್ಯಾಯಾಲಯದಲ್ಲಿ ವಾದಿಸುವಾಗ ಕಕ್ಷಿದಾರ ತಾನು ಆ ಪತ್ರಿಕೆಯ ಹೆಸರನ್ನೇ ಕೇಳಿಲ್ಲ, ಪ್ರಕಟಣೆಯನ್ನು ಓದಿಯೂ ಇಲ್ಲ ಎಂದು ಹೇಳಿ, ತಪ್ಪಿಸಿಕೊಳ್ಳ ಬಹುದು. ನ್ಯಾಯಾಲಯವು ಸಹ ಇಂತಹ ವಾದವನ್ನು ಸಮ್ಮತಿಸುತ್ತದೆ. ಆದರೆ ಪ್ರಚಲಿತ ಪತ್ರಗಳಲ್ಲಿ ಪ್ರಕಟಣೆಯು ಪ್ರಕಟವಾಗಿದ್ದಲ್ಲಿ, ಕಕ್ಷಿದಾರನು ಓದಿರಲಿ, ಇಲ್ಲದಿರಲಿ ನ್ಯಾಯಾಲಯವು ಕಕ್ಷಿದಾರನ ಉಡಾಫೆ ಮಾತುಗಳಿಗೆ ಗಮನ ಕೊಡುವುದಿಲ್ಲ.

ನಮೂನೆ-1 : ಸಾರ್ವಜನಿಕ ಪ್ರಕಟಣೆ

ಸಪ್ನ ಬುಕ್ ಸ್ಟಾಲ್,
ಗಾಂಧಿನಗರ,
ಬೆಂಗಳೂರು-9 ದಿನಾಂಕ.....................

ಈ ಮೂಲಕ ಸಾರ್ವಜನಿಕರಿಗೆ ತಿಳಿಯಪಡಿಸುವುದೇನೆಂದರೆ ಮೇಲ್ಕಂಡ ನಮ್ಮ ಸಂಸ್ಥೆಯಲ್ಲಿ ಮುಖ್ಯಾಧಿಕಾರಿಯಾಗಿ ಕೆಲಸ ಮಾಡುತ್ತಿದ್ದ ಶ್ರೀಯುತ........... ಎಂಬುವವರನ್ನು ಅವರ ಸ್ವಇಚ್ಛೆಯಂತೆ ಸಂಸ್ಥೆಯ

ಹುದ್ದೆಯಿಂದ ತೆಗೆದುಹಾಕಲಾಗಿದೆ. ಸಾರ್ವಜನಿಕರು ಇನ್ನು ಮುಂದೆ ಅವರೊಂದಿಗೆ ಹಣಕಾಸು ಅಥವಾ ಬೇರಾವುದೇ ಸಂಸ್ಥೆಯ ವ್ಯವಹಾರಗಳನ್ನು ನಡೆಸಬಾರದೆಂದು ತಿಳಿಸಲಾಗಿದೆ. ಹಾಗೆ ನಡೆಸಿದರೆ, ನಮ್ಮ ಸಂಸ್ಥೆ ಯಾವ ಕಾರಣದಿಂದಲೂ ಈ ಬಗ್ಗೆ ಜವಾಬ್ದಾರರಾಗುವುದಿಲ್ಲ.

ಇಂತಿ,

ಸಪ್ನ ಬುಕ್ ಸ್ಟಾಲ್ ಪರವಾಗಿ,

....

ನಿರ್ದೇಶಕರು

_____

ನಮೂನೆ–2 : ಸರ್ಕಾರಿ ತಿಳಿವಳಿಕೆ ಪತ್ರ

ಆಯುಕ್ತರು,
ಸಾರ್ವಜನಿಕ ಶಿಕ್ಷಣ ಇಲಾಖೆ,
ನ್ಯೂ ಪಬ್ಲಿಕ್ ಆಫೀಸ್,
ನೃಪತುಂಗ ರಸ್ತೆ,
ಬೆಂಗಳೂರು–2   ದಿನಾಂಕ.......................

ಶ್ರೀಯುತ ನರಸಿಂಹಯ್ಯ ಅವರ ತಂದೆ ಮುರುಗಯ್ಯ ಅವರಿಗೆ,

ನಮ್ಮ ಶಿಕ್ಷಣ ಇಲಾಖೆಯಲ್ಲಿ ಬೆಂಗಳೂರು ದಕ್ಷಿಣ ಜಿಲ್ಲೆಗೆ ಸೇರಿದ ವಿಜಯನಗರದ ಸರ್ಕಾರಿ ಹೈಯರ್ ಪ್ರೈಮರಿ ಶಾಲೆಯಲ್ಲಿ ಸಹಾಯಕ ಅಧ್ಯಾಪಕರಾಗಿ ಕೆಲಸ ಮಾಡುತ್ತಿದ್ದ ನೀವು.................. ತಾರೀಖಿನಿಂದ ಹೇಳದೆ ಕೇಳದೆ ಗೈರುಹಾಜರಾಗಿದ್ದೀರಿ. ನಿಮ್ಮ ಮನೆಯ ವಿಳಾಸಕ್ಕೆ ಶಾಲೆಗೆ ಹಾಜರಾಗಲು ಪತ್ರ ಬರೆದಿದ್ದು, ಆ ವಿಳಾಸದಲ್ಲಿ ಆ ಹೆಸರಿನ ವ್ಯಕ್ತಿ ಇಲ್ಲವೆಂದು ಅಂಚೆ ಇಲಾಖೆಯಿಂದ ಪತ್ರ ವಾಪಸಾಗಿದೆ.

ಇದು ನಿಮಗೆ ನಾವು ನೀಡುತ್ತಿರುವ ಕಡೆಯ ತಿಳಿವಳಿಕೆಯ ಪತ್ರವಾಗಿದ್ದು, ಈ ಪ್ರಕಟಣೆಯ ಏಳು ದಿನಗಳ ಒಳಗಾಗಿ ನೀವು ಕೆಲಸಕ್ಕೆ ಹಾಜರಾಗದಿದ್ದರೆ,

ಕೆಲಸದಿಂದ ತೆಗೆದು ಹಾಕಲಾಗುವುದು. ಆನಂತರದ ಯಾವುದೇ ಕಾನೂನು ಕ್ರಮಕ್ಕೂ ನಮ್ಮ ಇಲಾಖೆ ಜವಾಬ್ದಾರಿ ಹೊರುವುದಿಲ್ಲ.

(ರುಜು)...............

ಆಯುಕ್ತರು

ಸಾರ್ವಜನಿಕ ಶಿಕ್ಷಣ ಇಲಾಖೆ

ಬೆಂಗಳೂರು

————

ನಮೂನೆ-3 : ಕೆಲಸಕ್ಕಾಗಿ ಪ್ರಕಟಣೆ

ಕರ್ನಾಟಕ ವಿದ್ಯುತ್ ನಿಗಮ

(ಕರ್ನಾಟಕ ಸರ್ಕಾರದ ಒಂದು ಉದ್ಯಮ),

ವಿದ್ಯುತ್ ಭವನ, ಶೇಷಾದ್ರಿಪುರಂ,

ಬೆಂಗಳೂರು–20.   ದಿನಾಂಕ........................

ಈ ಮೂಲಕ ತಿಳಿಸುವುದೇನೆಂದರೆ ಕರ್ನಾಟಕ ವಿದ್ಯುತ್ ನಿಗಮಕ್ಕೆ ಸೇರಿದ ಸುಪಾ ಜಲಾಶಯದ ಬಳಿ ಕಟ್ಟಡ ಕಾಮಗಾರಿಗಾಗಿ ಟೆಂಡರ್ ಕರೆಯಲಾಗಿದೆ. ಆಸಕ್ತಿ ಇರುವ ಸಾಕಷ್ಟು ಆರ್ಥಿಕ ಸುಭದ್ರತೆ ಹಾಗೂ ಕೆಲಸದಲ್ಲಿ ಅನುಭವ ಇರುವ ಮೊದಲನೆಯ ದರ್ಜೆಯ ಗುತ್ತಿಗೆದಾರರಿಂದ ಸೀಲ್ ಮಾಡಿರುವ ಲಕೋಟೆಯಲ್ಲಿ ಟೆಂಡರುಗಳನ್ನು ಕೆಳಗೆ ಕೊಟ್ಟಿರುವ ವಿಳಾಸಕ್ಕೆ ಕಳುಹಿಸಿ ಕೊಡತಕ್ಕದ್ದು. ಮುದ್ರಿತ ಟೆಂಡರ್ ಫಾರಂಗಾಗಿ 1,501 ರೂಪಾಯಿಗಳನ್ನು ನಿಗಮದ ಹೆಸರಿಗೆ ಕ್ರಾಸ್ ಮಾಡಿರುವ ಚೆಕ್ ಅಥವಾ ಪೋಸ್ಟಲ್ ಆರ್ಡರ್ ಮೂಲಕ........................ ದಿನಾಂಕದೊಳಗಾಗಿ ಕಳುಹಿಸುವುದು.

ಕಟ್ಟಡ ಕೆಲಸದ ವಿವರ ಹಾಗೂ ಅಂದಾಜು ವೆಚ್ಚ :

....

....

....

ಅಂದಾಜು ವೆಚ್ಚದ ಶೇಕಡ ಹತ್ತು ಭಾಗವನ್ನು ಮೊದಲು ಸಂಸ್ಥೆಯ ಹೆಸರಿನಲ್ಲಿ ಠೇವಣಿಯಾಗಿಡತಕ್ಕದ್ದು. ಇಲ್ಲವೇ ರಾಷ್ಟ್ರೀಕೃತ ಬ್ಯಾಂಕ್ ಒಂದರ ಠೇವಣಿ ಸರ್ಟಿಫಿಕೇಟ್‌ಗಳನ್ನು ನೀಡಬೇಕಾಗುವುದು. ಯಾವುದೇ ಟೆಂಡರ್‌ಗಳನ್ನು ಯಾವುದೇ ಕಾರಣ ಇಲ್ಲದೇ ಸ್ವೀಕರಿಸುವ ಇಲ್ಲವೇ ನಿರಾಕರಿಸುವ ಸಂಪೂರ್ಣ ಬಾಧ್ಯತೆ ನಿಗಮದ ಅಧ್ಯಕ್ಷರಿಗಿರುತ್ತದೆ.

ಟೆಂಡರ್ ಕಳುಹಿಸಬೇಕಾದ ವಿಳಾಸ :

ಕರ್ನಾಟಕ ವಿದ್ಯುತ್ ನಿಗಮ

ವಿದ್ಯುತ್ ಭವನ, ಶೇಷಾದ್ರಿಪುರಂ

ಬೆಂಗಳೂರು-560 020

ಗೊತ್ತಾದ ಅವಧಿಯೊಳಗಾಗಿ ತಲುಪದ ಟೆಂಡರ್‌ನ್ನು ಸ್ವೀಕರಿಸಲಾಗುವುದಿಲ್ಲ.

ಕರ್ನಾಟಕ ವಿದ್ಯುತ್ ನಿಗಮದ ಪರವಾಗಿ,

(ರುಜು)..........................

ಅಧ್ಯಕ್ಷರು

ವಿಷಯ ಸೂಚನೆ:

1. ಈ ಪುಸ್ತಕದಲ್ಲಿ ಕೊಡಲಾಗಿರುವ ಪತ್ರಗಳು ಕೇವಲ ಮಾದರಿ ಆಗಿವೆ, ಅಷ್ಟೆ. ಇದನ್ನನುಸರಿಸಿ ನೀವು ಯಾವುದೇ ರೀತಿಯ ಪತ್ರ ಬರೆಯುವುದನ್ನು ಅಭ್ಯಾಸ ಮಾಡಬಹುದು.

ನಮೂನೆ-4 : ಉದ್ಯೋಗ ಜಾಹಿರಾತು

ಇವರಿಂದ

ನಿರ್ದೇಶಕರ ಮಂಡಲಿ,

ಶ್ರೀನಿಧಿ ಎಜುಕೇಷನಲ್ ಟ್ರಸ್ಟ್

(ಕರ್ನಾಟಕ ಸರ್ಕಾರದ ಒಪ್ಪಿಗೆ ಪಡೆದಿದೆ),

ಆನೇಕಲ್, ಬೆಂಗಳೂರು ನಗರ ಜಿಲ್ಲೆ   ದಿನಾಂಕ......................

ಬೆಂಗಳೂರು ನಗರ ಜಿಲ್ಲೆಯ ಆನೇಕಲ್‌ನಲ್ಲಿರುವ ನಮ್ಮ ಸಂಸ್ಥೆಯ ಪ್ರೌಢಶಾಲೆಯೊಂದಕ್ಕೆ ಕೆಳಗೆ ನಮೂದಿಸಿರುವ ಹುದ್ದೆಗಳಿಗಾಗಿ ಅಭ್ಯರ್ಥಿಗಳಿಂದ ಅರ್ಜಿಗಳನ್ನು ಆಹ್ವಾನಿಸಿದ್ದು, ಅರ್ಜಿ ಫಾರಂಗಾಗಿ 20 ರೂ. (ಇಪ್ಪತ್ತು ರೂಪಾಯಿ)ಗಳ ಪೋಸ್ಟಲ್ ಆರ್ಡರ್ ಇಲ್ಲವೇ ಮನಿ ಆರ್ಡರ್ ಅನ್ನು ಸಂಸ್ಥೆಯ ನಿರ್ದೇಶನ ಕಾರ್ಯಾಲಯಕ್ಕೆ ಕಳುಹಿಸಿ, ಪಡೆದುಕೊಳ್ಳತಕ್ಕದ್ದು.

ಹುದ್ದೆಗಳ ವಿವರ :

1. ವಿಜ್ಞಾನ ಶಿಕ್ಷಕರು	ಇಂ. ಮೀಡಿಯಂ	1	ಬಿ.ಎಸ್.ಸಿ., ಬಿ.ಎಡ್.
	ಕನ್ನಡ ಮೀಡಿಯಂ	1	ಬಿ.ಎಸ್.ಸಿ., ಬಿ.ಎಡ್.
2. ಕಲೆ ಶಿಕ್ಷಕರು	ಕನ್ನಡ ಮೀಡಿಯಂ	2	ಬಿ.ಎ., ಬಿ.ಎಡ್.
3. ಗಣಿತ ಶಿಕ್ಷಕರು	ಕನ್ನಡ ಮೀಡಿಯಂ	2	ಬಿ.ಎಸ್.ಸಿ., ಬಿ.ಎಡ್.
4. ಹಿಂದಿ ಶಿಕ್ಷಕರು	ಹಿಂದಿ ರತ್ನ (ಡಿಗ್ರಿ) ಇಲ್ಲವೇ ಉತ್ತಮ ಪರೀಕ್ಷೆ		
	ಹಿಂದಿ ಶಿಕ್ಷಕ (ತರಬೇತಿ ಪರೀಕ್ಷೆಯಲ್ಲಿ ಉತ್ತೀರ್ಣರಾಗಿರಬೇಕು)		
5. ವ್ಯಾಯಾಮ ಶಿಕ್ಷಕರು			ಬಿ.ಪಿ.ಎಡ್.

ಮೇಲ್ಕಂಡ ಹುದ್ದೆಗಳಿಗೆ ಸರ್ಕಾರದ ಮೀಸಲಾತಿ ನಿಯಮದಂತೆ ಅಭ್ಯರ್ಥಿಗಳನ್ನು ಆರಿಸಲಾಗುವುದು. 22ರಿಂದ 35 ವರ್ಷದ ವಯೋಮಿತಿಯ, ಆಸಕ್ತಿಯುಳ್ಳ ಅಭ್ಯರ್ಥಿಗಳು ದಿನಾಂಕ..................ರಂದು ಬೆಳಿಗ್ಗೆ 10 ಗಂಟೆಗೆ ಶಾಲೆಯ ಆವರಣದಲ್ಲಿ ನಡೆಯುವ ಸಂದರ್ಶನಕ್ಕೆ ಸ್ವಂತ ಖರ್ಚಿನಲ್ಲಿ ಅರ್ಜಿ ಹಾಗೂ ಅರ್ಹತೆ ಪ್ರಮಾಣ ಪತ್ರಗಳೊಂದಿಗೆ ಆಗಮಿಸತಕ್ಕದ್ದು.

ಶ್ರೀನಿಧಿ ಎಜ್ಯುಕೇಷನ್ ಟ್ರಸ್ಟ್ ಪರವಾಗಿ,

....

ನಿರ್ದೇಶಕರು

ನಮೂನೆ–5 : ವಿಲೇವಾರಿ ಪ್ರಕಟಣೆ

ಎ.ಎಸ್.ಬಿ. ಸರ್ಕಾರಿ ಜೂನಿಯರ್ ಕಾಲೇಜ್,   ಸ್ಥಳ.....................
ಆನೇಕಲ್, ಬೆಂಗಳೂರು ನಗರ ಜಿಲ್ಲೆ   ತಾ॥...................

ಈ ಮೂಲಕ ಸಾರ್ವಜನಿಕರಿಗೆ ತಿಳಿಯಪಡಿಸುವುದೇನೆಂದರೆ ಮೇಲ್ಕಂಡ ಕಾಲೇಜಿನ ಆವರಣದಲ್ಲಿ ಹಳೆಯ ವರ್ತಮಾನ ಪತ್ರಿಕೆಗಳು, ಮುರಿದ ಮರದ ಸಾಮಾನುಗಳನ್ನು ಯಾವ ಸ್ಥಿತಿಯಲ್ಲಿವೆಯೋ ಅದೇ ಸ್ಥಿತಿಯಲ್ಲಿ ಸಾರ್ವಜನಿಕ ಹರಾಜಿನ ಮೂಲಕ ವಿಲೇವಾರಿ ಮಾಡಲು ನಿಶ್ಚಯಿಸಲಾಗಿದೆ. ಆಸಕ್ತಿ ಉಳ್ಳವರು ದಿನಾಂಕ.................ರಂದು ಬೆಳಿಗ್ಗೆ 10 ಗಂಟೆಗೆ ನಡೆಯುವ ಹರಾಜಿನಲ್ಲಿ ಭಾಗವಹಿಸಬಹುದು.

ಹರಾಜನ್ನು ಪಡೆದುಕೊಂಡವರು, ಹರಾಜಿನ ಪೂರ್ತಿ ಹಣವನ್ನು ಸ್ಥಳದಲ್ಲಿಯೇ ಕೊಡಲು ಸಿದ್ಧರಿರಬೇಕು.

ಹೆಚ್ಚಿನ ವಿಷಯಗಳಿಗೆ ಸಂಬಂಧಿಸಿದ ಯಾವುದೇ ವಿವರಗಳಿಗಾಗಿ ಕಛೇರಿಯ ಕೆಲಸದ ಸಮಯದಲ್ಲಿ ಕಾಲೇಜಿನ ಪ್ರಾಂಶುಪಾಲರನ್ನು ಸಂಪರ್ಕಿಸಬಹುದು.

                          ಎ.ಎಸ್.ಬಿ. ಜೂನಿಯರ್ ಕಾಲೇಜ್ ಪರವಾಗಿ,
                               (ರುಜು).........................
                          ಪ್ರಾಂಶುಪಾಲರು

————

10. ಕರೆಯೋಲೆ ಅಥವಾ ಆಮಂತ್ರಣ ಪತ್ರಗಳು

ಸಾಮಾನ್ಯವಾಗಿ ಮನೆಗಳಲ್ಲಿ ಹುಟ್ಟುಹಬ್ಬ, ಮುಂಜಿ, ಮದುವೆ, ಗೃಹಪ್ರವೇಶ ಇಲ್ಲವೇ ಯಾವುದೇ ದೇವತಾಕಾರ್ಯಗಳಾಗಲಿ, ಕರೆಯೋಲೆ ಅಥವಾ ಆಮಂತ್ರಣ ಪತ್ರಗಳನ್ನು ಬರೆದು ಕಳುಹಿಸುವ ಸಂಪ್ರದಾಯ ರೂಢಿಯಲ್ಲಿದೆ.

ಹತ್ತಿರದಲ್ಲಿರುವ ಮನೆಗಳಿಗೆ ಆಮಂತ್ರಣ ಪತ್ರಗಳೊಂದಿಗೆ ಹೋಗಿ, ಸಮಕ್ಷಮ ಕರೆದು ಬಂದರೂ, ದೂರದ ಊರುಗಳಲ್ಲಿರುವ ನೆಂಟರಿಷ್ಟರಿಗೆ, ಆತ್ಮೀಯರು ಹಾಗೂ ಆಪ್ತೇಯರಿಗೆ ಆಮಂತ್ರಣ ಪತ್ರಗಳ ಮೂಲಕವೇ ಶುಭ ಸಮಾರಂಭಗಳಿಗೆ ಆಹ್ವಾನಿಸುವ ಸಂಪ್ರದಾಯ.

ಆಮಂತ್ರಣ ಪತ್ರಗಳಲ್ಲಿ ಮೇಲ್ತುದಿಯಲ್ಲಿ ನಮ್ಮ ಇಷ್ಟದೇವರ ಆಕರ್ಷಕವಾದ ಚಿತ್ರ ಇರುತ್ತದೆ. ವಿವರಣೆಯೂ ಓದುಗರಿಗೆ ಅತ್ಯುತ್ಸಾಹ ಹಾಗೂ ಅತ್ಯಾಸಕ್ತಿಯನ್ನು ಮೂಡಿಸುವಂತಿರುತ್ತದೆ.

ನಮೂನೆ-1 : ಮದುವೆಯ ಕರೆಯೋಲೆ

ಇಷ್ಟ ದೇವರ ಚಿತ್ರ

|| ಶ್ರೀ ಲಕ್ಷ್ಮೀ ನಾರಾಯಣ ಪ್ರಸನ್ನ ||

ಆದಿತ್ಯಾದಿ ಗ್ರಹಾಸ್ಸರ್ವೇ ಸನಕ್ಷತ್ರಾಸ್ಸರಾಶಯಃ ।

ಕುರ್ವಂತು ಮಂಗಳಂ ನಿತ್ಯಂ ಯಸ್ಸ್ಯೇಷಾ ಲಗ್ನ ಪತ್ರಿಕಾ ||

ಶ್ರೀಮತಿ ಮತ್ತು ಶ್ರೀ ಪಿ. ರಾಮಾನುಜಂ,

315, 3ನೇ ಅಡ್ಡರಸ್ತೆ, 3ನೇ ಹಂತ, ಎರಡನೇ ಬ್ಲಾಕ್, ಬಸವೇಶ್ವರನ, ಬೆಂಗಳೂರು–79

ಇವರು ಮಾಡುವ ವಿಜ್ಞಾಪನೆಗಳು.

ಸ್ವಸ್ತಿಶ್ರೀ ವಿಜಯಾಭ್ಯುದಯ ಶಾಲಿವಾಹನ ಶಕ 1918ಕ್ಕೆ ಸಲ್ಲುವ
ಶ್ರೀ ಧಾತೃನಾಮ ಸಂವತ್ಸರದ ಮಾಘ ಮಾಸ ತಾ||.....................
...................ವಾರ ಬೆಳಿಗ್ಗೆ 10-15ರಿಂದ 11-15 ಘಂಟೆಯೊಳಗಾಗಿ
ಸಲ್ಲುವ ಶುಭ ಲಗ್ನದಲ್ಲಿ ನಮ್ಮ ದ್ವಿತೀಯ ಕುಮಾರಿ

ಚಿ|| ಸೌ|| ಆರ್. ವನಜ, ಬಿ.ಕಾಂ.

ಮತ್ತು

ಚಿ|| ರಾ|| ಎನ್. ಭೀಮಸೇನರಾವ್, ಬಿ.ಇ. (ಮೆಕಾನಿಕಲ್)

(ಬಿ.ಇ.ಎಲ್., ಬೆಂಗಳೂರು)

ಇವರ ವಿವಾಹ ಮಹೋತ್ಸವವನ್ನು ಬೆಂಗಳೂರು ನಗರದ
ಬಸವನಗುಡಿಯ ಹೆಚ್.ಬಿ. ಸಮಾಜ, 74-93, ಹೆಚ್.ಬಿ. ಸಮಾಜ ರಸ್ತೆ
ಈ ಜಾಗದಲ್ಲಿ ನಡೆಸಲು ಗುರು-ಹಿರಿಯರು ನಿಶ್ಚಯಿಸಿರುವುದರಿಂದ
ತಾವುಗಳು ಕುಟುಂಬ ಪರಿವಾರ ಸಮೇತರಾಗಿ ಆಗಮಿಸಿ,
ವಧು-ವರರನ್ನು ಆಶೀರ್ವದಿಸಬೇಕೆಂದು ಕೋರುವ,

ತಮ್ಮ ವಿಶ್ವಾಸಿಗಳು

ಶ್ರೀಮತಿ ಮತ್ತು ಶ್ರೀ ಪಿ. ರಾಮಾನುಜಂ

ಹಾಗೂ ಬಂಧು-ಮಿತ್ರರು

ಬಸ್ ಮಾರ್ಗ:
ಮೆಜೆಸ್ಟಿಕ್: 36, 43, 43ಎ,
ವಿಜಯನಗರ : 60ಎ, ಬಿ, ಸಿ, 170, 200
ಕೆ.ಆರ್. ಮಾರ್ಕೆಟ್ : 34ಎ, 45

ನಮೂನೆ-2 : ಸಂಗೀತ ಕಾರ್ಯಕ್ರಮಕ್ಕಾಗಿ ಆಹ್ವಾನ.

ಮಾನ್ಯರೇ,   ಸ್ಥಳ......................

                                             ತಾ||......................

ಇದೇ ಬರುವ ದಿನಾಂಕ......................ವಾರದಂದು ಬೆಂಗಳೂರಿನ ಕೃಷ್ಣರಾಜ ರಸ್ತೆಯಲ್ಲಿರುವ ಗಾಯನ ಸಮಾಜದಲ್ಲಿ ನನ್ನ ಮಗಳು ಕುಮಾರಿ ಎಸ್. ಕೃತಿಮೂರ್ತಿ ಅವರ ಸಂಗೀತ ಕಾರ್ಯಕ್ರಮ ಇರುವುದರಿಂದ, ಆತ್ಮೀಯರಾದ ತಾವೆಲ್ಲರೂ ಆಗಮಿಸಿ, ನಮ್ಮ ಮಗಳ ಈ ಕಾರ್ಯಕ್ರಮವನ್ನು ಪ್ರೋತ್ಸಾಹಿಸಿ, ಆಶೀರ್ವದಿಸಬೇಕಾಗಿ ಕೋರುವ,

                            ಶ್ರೀಮತಿ ಮತ್ತು ಶ್ರೀ ಎನ್. ಸುಂದರಮೂರ್ತಿ

                            _____

ನಮೂನೆ-3 : ಗೃಹ ಪ್ರವೇಶಕ್ಕಾಗಿ ಕರೆಯೋಲೆ

                    ''ವಾಸ್ತು ದೇವತಾ ಪ್ರಸನ್ನ ||

ಆತ್ಮೀಯರೇ,   ಸ್ಥಳ......................

                                             ತಾ||......................

ಇದೇ ಶಕೆ............. ನಾಮ ಸಂವತ್ಸರದ........... ವಾರ........... ದಿನಾಂಕ..............ರಂದು ಪ್ರಾತಃಕಾಲ 9ರಿಂದ 11 ಗಂಟೆಯಲ್ಲಿ ಸಲ್ಲುವ ಶುಭ...............ಲಗ್ನದಲ್ಲಿ ನಾವು ಬೆಂಗಳೂರಿನ ಮಲ್ಲೇಶ್ವರಂನಲ್ಲಿ ಸಂಪಿಗೆ ರಸ್ತೆಯಲ್ಲಿ 424ನೇ ನಂಬರ್‌ನಲ್ಲಿ ಇರುವ ನಮ್ಮ ನೂತನ ಮನೆಯ ಪ್ರವೇಶವನ್ನು ನಿಶ್ಚಯಿಸಿರುತ್ತೇವೆ. ತಾವು ಸಕುಟುಂಬ, ಬಂಧು-ಮಿತ್ರರೊಡಗೂಡಿ ಆಗಮಿಸಿ, ಈ ಸಂತೋಷ ಸಮಾರಂಭದಲ್ಲಿ ಭಾಗವಹಿಸಬೇಕಾಗಿ ಪ್ರಾರ್ಥಿಸುವ,

                            ಶ್ರೀಮತಿ ಮತ್ತು ಶ್ರೀ ಸಿ.ಕೆ. ನಾಗರಾಜರಾವ್

ವಿಜಯ ಸೂಚನೆ:

1. ಸಮಾರಂಭ ನಡೆಯುವ ಜಾಗಕ್ಕೆ ಬೆಂಗಳೂರು ಬಸ್ ನಿಲ್ದಾಣ, ಶಿವಾಜಿನಗರ, ಸಿಟಿ ಮಾರ್ಕೆಟ್‌ಗಳಿಂದ ನಿಗದಿತ ಬಸ್ಸುಗಳ ಸಂಚಾರ ಇದೆ.

ನಮೂನೆ–4 : ಯುವ ಸಂಘದ ವತಿಯಿಂದ ವಾರ್ಷಿಕೋತ್ಸವ

"ಶ್ರೀ ಗಣೇಶಾಯ ನಮಃ"

ಕರೆಯೋಲೆ

ಸ್ಥಳ......................

ಮಾನ್ಯರೇ,   ತಾ॥......................

ಇದೇ ಬರುವ ದಿನಾಂಕ................ರಂದು ರಾತ್ರಿ 9–30ಕ್ಕೆ ಸರಿಯಾಗಿ ಬೆಂಗಳೂರು ಗ್ರಾಮಾಂತರ ಜಿಲ್ಲೆಯ ದೊಡ್ಡಬಳ್ಳಾಪುರ ತಾಲ್ಲೂಕು ದೊಡ್ಡಬೆಳವಂಗಲದ ಶ್ರೀ ವಿನಾಯಕ ಯುವಕ ಸಂಘದ ವತಿಯಿಂದ ವಾರ್ಷಿಕ ಸ್ನೇಹ ಸಮ್ಮೇಳನ ಕಾರ್ಯಕ್ರಮವನ್ನಿರಿಸಿಕೊಂಡಿದ್ದೇವೆ. ಇದರ ಅಂಗವಾಗಿ ಯುವಕ ಸಂಘವು ಸಹೋದರ ಸಹೋದರಿಯರಿಂದ ನಾಟಕ, ನೃತ್ಯ ಮುಂತಾದ ಮನರಂಜನೆಯ ಕಾರ್ಯಕ್ರಮಗಳನ್ನು ಇಟ್ಟುಕೊಂಡಿದ್ದೇವೆ.

ಡಾ॥ ಕರೀಂಖಾನ್ ಅವರು ಬರೆದಿರುವ "ನಿರ್ದೋಷಿ" ನಾಟಕ

ಮತ್ತು

ಕುವೆಂಪು ವಿರಚಿತ "ಜಲಗಾರ" ನಾಟಕ

ಎಂಬ ಎರಡು ನಾಟಕಗಳಲ್ಲಿ ಇಲ್ಲಿನ ಹವ್ಯಾಸಿ ನಾಟಕ ಮಂಡಲಿಯವರು ಆಡಲಿರುವರು.

ತಾವೆಲ್ಲರೂ ಈ ಕಾರ್ಯಕ್ರಮಕ್ಕೆ ಆಗಮಿಸಿ, ತನು–ಮನ–ಧನದೊಂದಿಗೆ ಪ್ರೋತ್ಸಾಹಿಸಿ, ಸಹಕರಿಸಬೇಕಾಗಿ ಪ್ರಾರ್ಥಿಸುವ,

ಇಂತಿ,

ಶ್ರೀ ವಿನಾಯಕ ಯುವಕ ಸಂಘದ ಪರವಾಗಿ

....

ಅಧ್ಯಕ್ಷರು, ಕಾರ್ಯದರ್ಶಿಗಳು, ಸದಸ್ಯರು

11. ರಸೀದಿಗಳು

ಪತ್ರಲೇಖನ ಅಂದರೆ ಕೇವಲ ಬಂಧು ವರ್ಗದವರಿಗೆ, ಗೆಳೆಯರಿಗೆ ಹಾಗೂ ಅಧಿಕಾರಿಗಳಿಗೆ ಪತ್ರ ವ್ಯವಹಾರ ನಡೆಸುವುದಕ್ಕಾಗಿ ಮಾತ್ರ ಎಂದು ಬಹು ಮಂದಿ ವಿದ್ಯಾರ್ಥಿಗಳು ಹಾಗೂ ತಾಯ್ತಂದೆಯರು ಭಾವಿಸಿರುವ ಹಾಗೆಯೇ ತೋರುತ್ತಿದೆ. ಆದರೆ ವ್ಯವಹಾರಕ್ಕೆ ಸಂಬಂಧಿಸಿದ ಸಕಲ ಪತ್ರಗಳೂ ಪತ್ರಲೇಖನ ವಿಭಾಗದಲ್ಲಿಯೇ ಬರುವುದೆಂಬುದನ್ನು ಮರೆಯಬಾರದು. ರಸೀದಿ, ಸಾಲದ ಪತ್ರಗಳು ಇವೂ ಸಹ ಪತ್ರಲೇಖನದಲ್ಲಿಯೇ ಬರುವುವು. ಆದಕಾರಣ ಇವುಗಳ ಹಲವು ನಮೂನೆಗಳನ್ನೂ ಇಲ್ಲಿ ಕೊಡಲಾಗಿದೆ.

ಯಾವ ವ್ಯಕ್ತಿಗೇ ಆಗಲಿ ಹಣ ಪಾವತಿ ಮಾಡಿದುದಕ್ಕೆ ನಮಗೆ ದೊರೆಯುವ ಅಧಿಕೃತ ದಾಖಲೆಯ ಪತ್ರವನ್ನು ಜನ ಸಾಮಾನ್ಯ ಭಾಷೆಯಲ್ಲಿ 'ರಸೀದಿ' ಎನ್ನಬಹುದು. ಈ ರಸೀದಿಯ ಒಕ್ಕಣಿಕೆಯನ್ನು ಬರೆಯುವುದರಲ್ಲೂ ಒಂದು ಗೊತ್ತಾದ ವಿಧಾನ ಇದೆ. ಅದರ ಕೆಲವು ಮಾದರಿಗಳನ್ನು ಇಲ್ಲಿ ನೀಡಲಾಗಿದೆ.

ನಮೂನೆ-1:

ಹಣ ಸಂದ ರಸೀದಿ

ಶ್ರೀ ಗಣಪತಿ ಪೂಜಾ ಮಂಡಲಿ
ಸರಸ್ವತಿನಗರ, ತಾರೀಖು...............
ಬೆಂಗಳೂರು-560 040 ಸ್ಥಳ.....................

ಶ್ರೀಮತಿ/ಶ್ರೀ .... ಅವರಿಂದ ಶ್ರೀ ಗಣಪತಿ ಪೂಜೋತ್ಸವದ ಅಂಗವಾಗಿ ನೀಡಿದ ಕಾಣಿಕೆ ಹಣ ರೂ................. (ಅಂಕಿಯಲ್ಲಿ) .... (ಅಕ್ಷರದಲ್ಲಿ) ಅನ್ನು ಕೃತಜ್ಞತಾ ಪೂರ್ವಕವಾಗಿ ಸ್ವೀಕರಿಸಿದ್ದೇವೆ. ಶ್ರೀಯುತರಿಗೆ ಶ್ರೀ ಸಿದ್ಧಿ ವಿನಾಯಕನು ಸಕಲ ಸನ್ಮಂಗಳವನ್ನು ಉಂಟು ಮಾಡಲೆಂದು ಹಾರೈಸುತ್ತೇವೆ.

ಇಂತಿ ವಂದನೆಗಳೊಂದಿಗೆ,

....

ಕಾರ್ಯದರ್ಶಿ

ನಮೂನೆ–2 : ಸಾಲ ತೆಗೆದುಕೊಂಡಿದ್ದ ಮೊಬಲಗನ್ನು ಪೂರ್ತಿ ತೀರಿಸಿದ್ದಾಗ.

ಹಣ ಸಂದ ರಸೀದಿ

ಸ್ಥಳ.........................
ದಿನಾಂಕ....................

ಶ್ರೀಮತಿ/ಶ್ರೀ...ರಿಂದ ನಾನು ನೀಡಿದ ಸಾಲದ ಬಾಬ್ತು ಹಣ..................... (ಅಕ್ಷರದಲ್ಲಿ)................... ಅನ್ನು ಪೂರ್ತಿಯಾಗಿ ಪಡೆದಿದ್ದೇನೆ. ಸದರಿಯವರಲ್ಲಿ ಇನ್ನು ಯಾವುದೇ ಸಾಲ ಬಾಕಿ ಉಳಿದಿರುವುದಿಲ್ಲ.

ಕೃತಜ್ಞತೆಗಳೊಂದಿಗೆ,

....

────

ನಮೂನೆ–3 : ಪುಸ್ತಕ ಮಾರಾಟಗಳ ಬಾಬ್ತು ಡಿ.ಡಿ. ಪಡೆದದ್ದಕ್ಕೆ.

ಶ್ರೀಮತಿ/ಶ್ರೀ..................... ಅವರಿಂದ ನಾವು ಸರಬರಾಜು ಮಾಡಿದ್ದ ಪುಸ್ತಕಗಳ ಬಾಬ್ತು ರೂ.......................... ಡಿ.ಡಿ. ಸಂಖ್ಯೆ .... ದಿನಾಂಕ.................... ಬ್ಯಾಂಕ್ ಮೂಲಕ ತುಪಿರುತ್ತದೆ.

ಕೃತಜ್ಞತೆಗಳು,

....

(ಸೀಲ್)

────

ನಮೂನೆ-4 : ಸಾಮಾನ್ಯ ರಸೀದಿ

ಹಣ ಪಡೆದವರ ವಿಳಾಸ

ಸ್ಥಳ...........................

ದಿನಾಂಕ.......................

ಶ್ರೀಮತಿ/ಶ್ರೀ.......................... ಅವರಿಂದ.......................

ಬಾಬ್ತು .... ಹಣ ರೂ......................... ಅನ್ನು ಸ್ವೀಕರಿಸಿರುತ್ತೇನೆ.

ಇಂತಿ ವಂದನೆಗಳೊಂದಿಗೆ,

....

ನಮೂನೆ-5 : ಕಛೇರಿಗೆ ಆಫೀಸ್ ಸ್ಟೇಷನರಿ ಸಾಮಾನುಗಳನ್ನು ಪೂರೈಸಿದ ಬಾಬ್ತು ರಸೀದಿ.

ಸ್ಥಳ...........................

ದಿನಾಂಕ.......................

ಮೆಸರ್ಸ್...... ....ರಿಂದ ನಾವು ನಮ್ಮ ಕಛೇರಿಗೆ ಸರಬರಾಜು ಮಾಡಿದ ಆಫೀಸ್ ಸ್ಟೇಷನರಿ ಬಾಬ್ತು ರೂ........................ ಚೆಕ್ ಸಂಖ್ಯೆ .... ದಿನಾಂಕ.............. ಬ್ಯಾಂಕ್............... ಬ್ರಾಂಚ್.................. ಮೂಲಕ ನಮಗೆ ತಲುಪಿರುತ್ತದೆ.

ಕತಜ್ಞತೆಗಳು.

ಇಂತಿ ವಂದನೆಗಳೊಂದಿಗೆ

....

12. ಸಾಲ ಪತ್ರಗಳು

ಸಾಲದ ಹಣವನ್ನು ಯಾರಿಗಾದರೂ ಕೈಗಡ ರೂಪದಲ್ಲಿ ಕೊಟ್ಟಾಗ, ಪಡೆದವರು ತಾವು ಪಡೆದ ಹಣಕ್ಕಾಗಿ ಬರೆದು ಕೊಡುವ ಒಪ್ಪಂದ ಪತ್ರ (Agreement or On Demand Paper) ವನ್ನು ಸಾಲ ಪತ್ರ ಎನ್ನುವರು.

ನಮೂನೆ–1 : ಕೈಗಡ ಸಾಲಪತ್ರ

ಶ್ರೀ ಕೆ. ನರಸಿಂಹಯ್ಯ, ಮಲ್ಲೇಶ್ವರಂ, ಬೆಂಗಳೂರು ನಗರ ಇವರ ಮಗನಾದ ಎನ್. ರಂಗಯ್ಯ, 44, ಕೋರಮಂಗಲ, ಬೆಂಗಳೂರು ನಗರ ಆದ ನಾನು ಬರೆದುಕೊಟ್ಟ ಸಾಲ ಪತ್ರ ವಿವರಣೆ ಏನೆಂದರೆ, ಚಲಾವಣೆಯಲ್ಲಿರುವ ಹಣವನ್ನು ಬಡ್ಡಿರಹಿತ ಕೈಗಡವಾಗಿ ಪಡೆದಿರುತ್ತೇನೆ.

ಇಂತಿ ವಂದನೆಗಳೊಂದಿಗೆ,

....

(ಸಾಲ ಕೊಟ್ಟವರ ರುಜು)   ಸಾಲ ತೆಗೆದುಕೊಂಡವರ ರುಜು)

ಸಾಕ್ಷಿಗಳು :

1.

2.

3.

4.

ನಮೂನೆ-2 : ಗೃಹ ನಿರ್ಮಾಣ ಕಾರ್ಯಕ್ಕಾಗಿ ಪಡೆದ ಸಾಲ

ಸ್ಥಳ..........................
ದಿನಾಂಕ......................

ಬೆಂಗಳೂರಿನ ಜಯನಗರ 'ಟಿ' ಬ್ಲಾಕ್‌ನ ಮನೆ ನಂ................. ಕ್ರಾಸ್ ನಂಬರ್................ ವಾಸವಾಗಿರುವ ಬಿ.ಜಿ. ವಿಜಯನ್ ಅವರ ಮೊದಲನೆಯ ಮಗನಾದ ವಿ. ಜಗದೀಶನ್ ಆದ ನಾನು ಬರೆದು ಕೊಟ್ಟ ಸಾಲ ಪತ್ರ ವಿವರಣೆ ಏನೆಂದರೆ,

ಬೆಂಗಳೂರು ನಗರದ ರಾಜಾಜಿನಗರದ 'ಎ' ಬ್ಲಾಕ್‌ನ 394 ನಂಬರ್ ಮನೆಯಲ್ಲಿ ವಾಸವಾಗಿರುವ ಬಿ.ವಿ. ಕುಮಾರಸ್ವಾಮಿ ಅವರಿಂದ ನಾನು ಮನೆ ಕಟ್ಟಿಕೊಳ್ಳುವ ಸಲುವಾಗಿ ಸಾಲಿಯಾನ ಶೇ. 20ರಂತೆ ಬಡ್ಡಿ ಆಧಾರದ ಮೇಲೆ ಮೂವತ್ತು ಲಕ್ಷ ರೂಪಾಯಿಗಳನ್ನು, ಕೆಳಗೆ ಕಂಡ ಸಾಕ್ಷಿಗಳ ಸಮ್ಮುಖದಲ್ಲಿ ಸಾಲವಾಗಿ ಸ್ವಇಚ್ಛೆಯಿಂದ ಪಡೆದಿದ್ದೇನೆ. ಈ ಹಣವನ್ನು ಬಡ್ಡಿಸಹಿತ ಎರಡು ವರ್ಷದೊಳಗಾಗಿ ಬಿ.ವಿ. ಕುಮಾರಸ್ವಾಮಿ ಅವರಿಗೆ ತಪ್ಪದೆ ಹಿಂದಿರುಗಿಸುತ್ತೇನೆ. ಹಾಗೆ ತಪ್ಪಿದಲ್ಲಿ ಸದರಿ ಮನೆಯನ್ನು ಮಾರುಕಟ್ಟೆಯ ಬೆಲೆಯಲ್ಲಿ ಅವರಿಗೇ ವಿಕ್ರಯಿಸುವೆನೆಂದು ಒಪ್ಪಿ ಬರೆದುಕೊಟ್ಟಿದ್ದೇನೆ.

ಇಂತಿ ವಂದನೆಗಳೊಂದಿಗೆ,

....

ಹಣ ಕೊಟ್ಟುವರ ಸಹಿ   ಹಣ ಪಡೆದವರ ಸಹಿ

ಸಾಕ್ಷಿದಾರರು: (1)................ (2)................
(3)................ (4)................

ವಿಶೇಷ ವಿಷಯ ಸೂಚನೆ :

1. ಅತಿ ಹೆಚ್ಚಿನ ಹಣವನ್ನು ಸಾಲವಾಗಿ ಪಡೆಯುವಾಗ ಇಲ್ಲವೇ ಕೊಡುವಾಗ ಕೋರ್ಟಿನಲ್ಲಿ ಸಾಲ ಪತ್ರವನ್ನು ಹಾಜರುಪಡಿಸಬೇಕಾಗುತ್ತದೆ. ಇಲ್ಲವಾದರೆ ಅಂತಹ ಸಾಲ ಪತ್ರಕ್ಕೆ ಅಧಿಕೃತವಾಗಿ ಅಷ್ಟೊಂದು ಬಲ ಇರುವುದಿಲ್ಲ.
2. ಕೈಗಡವಾಗಿ ಹಣವನ್ನು ಯಾರು ಬೇಕಾದರೂ ಕೊಡಬಹುದು. ಆದರೆ

ದೊಡ್ಡ ಪ್ರಮಾಣದ ಹಣ ಆದರೆ ಆ ಹಣ ಯಾವ ಮೂಲದಿಂದ ಬಂದಿದ್ದೆಂದು ಆದಾಯ ತೆರಿಗೆ ಇಲಾಖೆಗೆ (Incom Tax Department) ಲೆಕ್ಕ ಕೊಡಬೇಕಾಗುತ್ತದೆ. ಆದರೆ ಬಡ್ಡಿ ರೂಪದಲ್ಲಿ ಸಾಲ ಕೊಡುವಾಗ ಅದಕ್ಕೆ ಸರ್ಕಾರದ ಒಪ್ಪಿಗೆ ಇರಬೇಕಾಗುತ್ತದೆ. ಒಪ್ಪಿಗೆ ಇಲ್ಲದೆ ಬಡ್ಡಿ ವ್ಯಾಪಾರ (ಲೇವಾದೇವಿ) ನಡೆಸುವುದು ಕಾನೂನುಬಾಹಿರ ಎನಿಸುವುದು.

3. ಮೇಲೆ ಕೊಟ್ಟಿರುವ ಎಲ್ಲಾ ಪತ್ರಗಳ ನಮೂನೆಗಳೂ ಕೇವಲ ಮಾದರಿ ಆಗಿವೆ. ಇದನ್ನನುಸರಿಸಿ ನಾವು ಯಾವುದೇ ರೀತಿಯ ಪತ್ರ ಬರೆಯುವುದನ್ನು ಅಭ್ಯಾಸ ಮಾಡಬಹುದು.

———